வைகறை வம்சம்

வைகறை வம்சம்

அண்ணாதாசன்

No. 50, Chettiyar Agaram Main Road,
Vanagaram, Chennai,
Tamil Nadu - 600 095

நூல் தலைப்பு	:	வைகறை வம்சம்
படைப்பு	:	கவிதைகள்
ஆசிரியர்	:	அண்ணாதாசன்
மொழி	:	தமிழ்
பதிப்பு விவரம்	:	முதற்பதிப்பு 2018
		இரண்டாம் பதிப்பு 2022
உரிமை	:	ஆசிரியருக்கு
தாளின் தன்மை	:	மேப் லித்தோ
நூலின் அளவு	:	டெம்மி சைஸ் (14.5 x 21.5 செ.மீ)
அச்சு எழுத்து	:	10.2
பக்கங்கள்	:	136
தட்டச்சு வடிவமைப்பு	:	வள்ளியூர் வி. பெருமாள்
அச்சிட்டு வெளியீடுவோர்	:	Notion Published
		No. 50, Chettiyar Agaram Main Road,
		Vanagaram, Chennai,
		Tamil Nadu - 600 095

பொருளடக்கம்

முன்னுரை	7
அணிந்துரை	10
எம்மொழி செம்மொழி	18
மொழி எங்கள் மூச்சாகும்	20
காத்திருப்பு	21
அறிவியல் மனிதன்	22
கலாம் கனவுகள்	24
மரங்கள்	26
எதிர்பார்ப்பு	28
தாஜ்மஹாலும் பிரமிடும்	29
சுவடுகள்	30
காதலெனும் பொய்மான்	31
விழி... எழு.!	32
உரிமைகள் பறிக்கப்படும்	37
இயற்கை எழுதும் கடிதம்	39
அன்பு சாதிக்கும்	42
அம்மா	43
அய்யன் திருவள்ளுவர்	47
பாரதி	51

மலட்டு மௌனங்கள்   57

ஏக்கங்கள்   60

பாவங்கள்   61

பாதப்பல்லக்கு   63

மறக்கவா சொல்கிறாய்?   66

வீரனின் காதலி   28

வைகறை வம்சம்   71

வண்ண மழையே வா... வா..!   76

அரசியல்   78

அண்ணா   81

வர்ணங்கள்   86

காமராஜர்   87

உடன்பிறப்பு   92

கன்னிக் கண்ணகிகள்   93

வியர்வைக்கு விலையுண்டு   97

எண்ணங்கள்   100

வெடிக்காத வெடிகள்   103

கொத்தடிமைகள்   108

வேண்டாமடி விடுதலைப் போராட்டம்   110

ஆறுதல்   115

திரும்புமா அந்தக் காலம்?   116

'குடி'மக்கள்   118

மெரினாப் புரட்சி   123

புதிய பாரதம்   131

விட்டு விடுதலையாகி   134

அண்ணாதாசன் M.A., M.Phil.
5/1 - நாராயண சுவாமி கோவில்
தென்வடல் தெரு,
ஆழ்வார்குறிச்சி - 627 412
தென்காசி மாவட்டம்
கைபேசி: 93443 82490
email. annaadhasan@gmail.com

முன்னுரை

அன்பார்ந்த வாசகப் பெருமக்களுக்கு வணக்கம்.

'வைகறை வம்சம்' என்னும் இந்நூலினை 'நோஷன்' பதிப்பகம் வெளியிட்டிருக்கிறது.இது ஒரு இரண்டாம் பதிப்பு நூலாகும்.

2018ல் இதே 'நோஷன்' பதிப்பகம் வெளியிட்ட 'கிராமத்து ராஜாக்கள்' என்னும் நூலின் மறு பதிப்புதான் இந்த 'வைகறைவம்சம்'.தலைப்புதான் மாறி இருக்கிறதே தவிர உள்ளே உள்ள கவிதைகள் அனைத்தும் அப்படியே இடம் பெற்றிருக்கின்றன. நூலின் தலைப்புக் கவிதையான 'வைகறை வம்சம்' கவிதையில்,

'வைகறையில் துயிலெழு' என்பார்கள்.
ஆனால்,
வைகறையையே துயிலெழுப்பும்
வரம் வாங்கிவந்த வம்சம்
எங்கள் வம்சம்.
காலை கண் விழிப்பது
எங்கள் கனிவான முகத்தில் தான்'

என்று ஒரு விவசாயி கூறுவதாக நான் கூறியிருக் கிறேன்.

'வைகறையில் துயில் எழு' என்று அவ்வையார் ஆத்திசூடியில் கூறுகிறார். ஆனால் விவசாயப் பெருங்குடி மக்கள், வைகறை பொழுது விழிப்பதற்கு முன்பாகவே தாங்கள் விழித்துவந்து கழனி வேலைகளில் இறங்கிவிடுகிறார்கள். அதை மையப்படுத்தி அந்த கவிதைக்கு 'வைகறை வம்சம்' என்று தலைப்புச் சூட்டினேன்.

முதலில் நான் வைத்திருந்த 'கிராமத்து ராஜாக்கள்' என்ற தலைப்பைவிட இது நன்றாகத் தோன்றியது எனக்கு. ஆகையால் தலைப்பை மாற்றி இரண்டாம் பதிப்பை வெளியிடுகின்றேன்.

'வைகறை வம்சம்' என்ற கவிதையில் உழவர்ப் பெருங்குடி மக்களின் புலம்பல்களை, ஒரு விவசாயி பேசுவதாகவே அறைகூவல் கூவியிருக்கின்றேன். ஊருக்குச் சோறிடும் அந்த விவசாய வள்ளல்கள், தங்கள் வண்ணம், தோற்றம், அறியாமை, பசி — பட்டினி போன்ற அவலங்களை அவர்கள் கூறுவதைப் போன்று கூறியிருக்கின்றேன்.

'உழவன் கணக்கு பார்த்தால் உழக்கும் மிஞ்சாது' என்பார்கள், எங்கள் கிராமங்களில். ஏழை விவசாயிகளின் வாழ்க்கை எப்போதுமே துயரம்தான் !

இந்நூலில், இயற்கை — நாடு — அரசியல் — அரசியல் மேதைகள் — அறிஞர்கள் — அறிவியல் — இளைஞர்கள் எழுச்சி — காதல் — சமூகச் சீர்கேடுகள் ஆகிய பொருள் பற்றிய கவிதைகள் இடம்பெற்றிருக்கின்றன.

ஆங்கிலக் கவிஞன். 'வோர்ட்ஸ் ஓர்த்' ஆற்றல்மிக்க உணர்ச்சிகள் தாமாக பொங்கி வழிவதே கவிதைகள்' என்கிறார்.

'கலைகளின் அரசி, கவிதை' என்கிறார் புதுமைப்பித்தன்.

'கவிதை என்பது உணர்ச்சியின் பிரவாகம். கட்டவிழ்ந்து துள்ளிவரும் சிந்தனைகள் சொற் கோலமாக வருவதே கவிதை' என்று கூறுகிறார் கவியரசு கண்ணதாசன்.

'நிகழும் நிகழ்வுகளையும், கற்பனையில் உதித்து வரும் கருத்துக்களையும், காட்சிகளையும், உள்ளத்தினின்று ஊறித் ததும்பும் உணர்ச்சிகளையும் அழகு மொழிநடையில் அடக்கிச் சொல்வதே கவிதை' என்பது என்னுடைய கருத்து.

அப்படித்தான் இதில் இடம்பெற்ற கவிதைகளை நான் பிரசவித்திருக்கின்றேன்.

                                                                                  கவிதைகள்

முதற்பதிப்பு வாசகர்கள் மத்தியில் நல்ல வரவேற்பைப் பெற்றது. குறைந்த பிரதிகள் அச்சிட்டு வெளியிடப்பட்டதால், அவை விரைவில் தீர்ந்து போகவே இப்போது இரண்டாவது பதிப்பை வெளியிடுகின்றேன். இந்த நூலுக்கு எனது அன்புத் தம்பி ஜே.டி.ஆர். அணிந்துரை வழங்கியுள்ளார். ஜே.டி.ஆர். சிறந்த எழுத்தாளர். சிறுகதைகள், புதினங்கள், கட்டுரைகள் நிறைய எழுதியுள்ளார். அவர் பல விருதுகளைப்பெற்றவர்.அவரிடமிருந்து அணிந்துரை வாங்கி இந்நூலை வெளியிடுவதில் நான் மட்டற்ற மகிழ்ச்சியும் பெருமையும் அடைகிறேன்.

இந்த நூலை அழகுற வெளியிட்ட 'நோஷன்' பதிப்பகத்தாருக்கு என் நன்றியை உரித்தாக்குகிறேன்.

இந்நூலை அருமையாக தட்டச்சு செய்து, மெருகு குன்றாமல் கட்டமைப்பு செய்து நூலுக்கு சிறப்பு சேர்த்த பாசத்திற்குரிய நண்பர் வி. பெருமாள் அவர்களுக்கு என் நன்றியை காணிக்கையாக்குகிறேன்.

வாசக நண்பர்களுக்கு என் நன்றியும் வாழ்த்துகளும்!

அன்புடன்
அண்ணாதாசன்

எழுத்தாளர்
ஜே.டி.ஆர்,
மனை எண்.87, கதவு எண். 2/6A,
சமயபுரம் மெயின்ரோடு,
விவேகானந்தா நகர், போரூர்,
சென்னை - 600 116
கைபேசி: 80564 99655

அணிந்துரை

பொதிகையில் பிறந்து தென்னகம் தழுவிப் போகும் தென்றல்காற்றை சுவாசித்து, அதே பொதிகையில் பிறந்து ,தவழ்ந்து வரும் தாமிரபரணி நீரைக் குடித்து, ஆழ்வார்குறிச்சி மண்ணில் ஒன்றாக வாழ்ந்த என் இனிய சகோதரர் அண்ணாதாசனின் கவிதை நூலுக்கு அணிந்துரை எழுதவேண்டும் என்ற உடன் ஆனந்தம் என் மனதில்!

ஏனென்றால், ஆரம்பக் காலக்கட்டங்களில் என்னுள் துளிர்விட்ட எழுத்து ஆர்வத்திற்கு நீர் ஊற்றி, உரமிட்டு வளர்த்தவர்களில் கவிஞர் அண்ணாதாசனும் ஒருவர். கதாசிரியராய், மரபுக் கவிஞராய், பாடலாசிரியராய், புதுக்கவிதை படைப்பாளியாய் அவரின் பன்முக எழுத்தாற்றலை ரசித்து ருசித்தவன் நான். அவரது படைப்பு வரிசைகளில் ஒன்றாக புதுக்கவிதை நூலாய் வந்திருக்கிறது இந்த "வைகறை வம்சம்."

புதுக்கவிதை என்பது 19ஆம் நூற்றாண்டின் மத்தியில் உருவானது. அமெரிக்கக் கவிஞர் 'வால்ட் விட்மன்' 1855இல் "புல்லின் இதழ்கள்" என்ற புதுக் கவிதை நூலை வெளியிட்டார். அது உலக அளவில் பிரபலமானது. அதனைத் தொடர்ந்து 'எஸ்ரா பவுண்ட்' என்பவரும் புதுக் கவிதைகள் எழுதினார்.

இவரது "பாழ் நிலம்" என்ற கவிதை நூலுக்கு நோபல் பரிசு வழங்கப்பட்டது. இதன் தாக்கம் உலகம் முழுவதும் பரவியது.

தமிழில் புதுக்கவிதைக்குக் கால் கோள் நாட்டியவர் மகாகவி பாரதியார். 'வசன கவிதை' என்று தலைப்பிட்டு, இலக்கணக் கட்டுப்பாடுகளைத் தவிர்த்து புதிய உத்தியில் கவிதைகளை எழுதினார் பாரதி. இவையே தமிழில் வெளிவந்த முதல் புதுக்கவிதைகளாகும். பாமரருக்கும் புரியும் வண்ணம் இவை இருந்ததால், தமிழ் உலகம் புதுக்கவிதைக்கு சிவப்புக் கம்பளம் விரித்து வரவேற்றது.

'பாரதி' புதுக்கவிதைகளுக்கு முன்னோடியாக் கருதப் பட்டாலும் பின்னர் வந்த ந.பிச்சமூர்த்தி தான் புதுக்கவிதையின் தந்தை என்று அழைக்கப்பட்டார். ந.பிச்சமூர்த்தியுடன் கு.ப.ராஜகோபாலனும் இணைந்து நிறைய புதுக்கவிதைகளை எழுதினர். இவர்கள் இருவரையும் 'புதுக்கவிதையின் இரட்டையர்கள்' என எழுத்தாளர் வல்லிக்கண்ணன் வர்ணித்தார்.

பின்னர் புதுமைப்பித்தன், புறப்பட்டு வந்தார். அவர் எழுதிய புதுக்கவிதைகள் 'மணிக்கொடி' இதழில் வெளிவந்தன.

இந்த வரிசையில் சி.சு.செல்லப்பாவையும் இணைத்துக் கொள்ளுதல் அவசியம்.

புதுக்கவிதையின் தோற்றங்களை மூன்று காலங்களாகப் பிரித்தனர்.

1) மணிக் கொடிகாலம் (1930—1945)

2) எழுத்து இதழ் காலம் (1950—1970)

3) வானம்பாடி காலம் (1970க்குப் பின்) என்று.

'மரபுக் கவிதை'யின் பாடுபொருளாக இறைவனும் அரசனுமே இருந்தார்கள். பல அறிவுரை கவிதைகளும் இருந்தன.

ஆனால் புதுக்கவிதை தோன்றியபோது பாடுபொருளாக சமூகம் இடம்பெற்றது. கவிஞர்கள் தமது எண்ணங்களையும், சமூகக் கருத்துக்களையும் இலக்கணக் கட்டுப்பாடு ஏதுமின்றி உணர்வுப் பூர்வமாய் வெளிப்படுத்தினார்கள்.

உலக நடப்பு, மக்களின் வாழ்க்கைப் போக்கு, சமூக ஏற்றத்தாழ்வு, சமுதாயச் சிக்கல்கள், அறியாமை, விழிப்புணர்வு, முற்போக்குக் கருத்துக்கள், கல்வி, இயற்கை, அன்பு, காதல், நட்பு என்று கவிகளின்

சிந்தனை விரிந்து பரந்து பயணப்படுவதற்கு, புதுக்கவிதை ஒரு சிறப்பான வாகனம் ஆகியது.

புதுக்கவிதையை ஒரு நவீன இலக்கிய வடிவமாக மக்கள் ஏற்றுக்கொண்டார்கள். அதன் விளைவாக புதுக்கவிதைகள் நிறைய வெளிவந்து சமூகத்தில் தாக்கத்தை ஏற்படுத்தத் தொடங்கின.

இலக்கிய வட்டாரத்தில் புதுக்கவிதையில் முத்திரை பதித்த கவிஞர்களின் பட்டியல் நீண்டுகொண்டே இருக்கிறது. அவர்களுக்கான அங்கீகாரமும் சிறப்பாக இருக்கிறது.

தற்காலத்தில் புதுக்கவிதையின் எண்ணிக்கை பெருகிக் கொண்டே வருகிறது. இதய வானில் கருவாகும் எண்ணங்கள், வார்த்தை மழையாய் பொழிந்துபுதுக்கவிதைகள் புறப்பட்டு வந்த வண்ணம் இருக்கின்றன. ஆயினும் எல்லாக் கவிதைகளும் கவிதைகள் ஆகிவிட முடியாது அல்லவா? வாக்கியங்களை வரிவரியாக மடித்துப் போட்டு எழுதி, அதையும் கவிதை என்ற பெயரில் வெளியிடுபவர்களும் இருக்கத்தான் செய்கிறார்கள். பொருளற்ற சொல்லாடல், புரியாத வழக்கு மொழிகள், கடினமான உவமானங்கள், முரண்பாடான கருத்து மீறல்கள், அர்த்தமற்ற விடயங்கள், எதிர்மறைக் கருத்துக்கள் போன்ற குற்றச் சாட்டுகளுக்கு இலக்கான புதுக்கவிதைகளும் அதிகம் உள்ளன.

குறிப்பிடும் படியான சில கவிஞர்களின் புதுக்கவிதைகள் ஆரோக்கியமாக இருக்கின்றன. நல்ல மொழி இருக்கிறது. நல்ல கருத்து இருக்கிறது. நல்ல உணர்ச்சி இருக்கிறது. நல்ல சுவை இருக்கிறது. அவை அருமையாக இருக்கின்றன.

இந்தக் காலக்கட்டத்தில் தான் கவிஞர் அண்ணாதாசன் எழுதிய 'வைகறை வம்சம்' என்ற கவிதை நூல் நம் கையில் கிடைத்திருக்கிறது. இந்த 'வைகறை வம்சம்' வெறும் அலங்கார வார்த்தைகளின் அணிவகுப்பு அல்ல. கருத்துக் குவியல்களின் தனிச்சிறப்பு. கூழாங்கற்களின் குவியலுக்கிடையே ஒரு 'கோமேதகக்கல்' போல... சங்கு சிதறல்களுக்கு மத்தியில் ஒரு 'வலம்புரிச் சங்கு' போல நமக்கு கிடைத்திருக்கிறது.

இந்நூலின் அத்தனை கவிதைகளும் அருமை என்பது ,இந்நூலினை ஒரு அற்புதப்படைப்பாக அமைத்துவிட்டது.

'செம்மொழி' எனும் முதல் கவிதையிலேயே கவிஞரின் மொழிப்பற்று முகம் காட்டி நூலை முன்மொழிகிறது.

தலைப்புக் கவிதையான 'வைகறை வம்சம்' அதிசிறப்பு.

விவசாயப் பெருங்குடி மக்களைப் பற்றிய கவிதைகள் பலவற்றை நான் படித்திருக்கிறேன். ஆனால், அந்தக்கவிதைகள் ஏற்படுத்தாத பாதிப்பை இந்த 'வைகறை வம்சம்' கவிதை எனக்கு ஏற்படுத்திற்று.

> 'வைகறையில் துயில் எழு' என்பார்கள்.
> ஆனால்
> வைகறையையே துயிலெழுப்பும்
> வரம் வாங்கி வந்த வம்சம்
> எங்கள் வம்சம்.
> காலை கண்விழிப்பது
> எங்கள்
> கனிவான முகத்தில்தான்'

என்று துவங்கும் அந்தக் கவிதையின் உள்ளே போனால், உழவர் பெருமக்களின் கஷ்டங்கள், நஷ்டங்கள், அவர்கள் அனுபவிக்கும் துன்பங்கள், துயரங்கள், பாடுகள், பசி பட்டினி எல்லாவற்றையும் அவர்கள் மொழியிலேயே கவிஞர் அண்ணாதாசன் வெளிப்படுத்தியிருக்கிறார். அந்தக் கவிதை படிப்போரின் இதயத்தை கனமாக்கி விடுவதோடு, உழவர்களின் உண்மை நிலையை உலகுக்கும் உணர்த்திவிடுகிறது.

> 'பூமி மகளுக்கு
> புதுப்புது
> பச்சைப் பட்டாடைகள்
> புனைவதிலேயே
> பொழுதைக் கழித்து
> பூரித்துப்போன
> எங்களின்
> அரையை
> ஆண்டு கொண்டிருப்பதோ
> அழுக்குக் கோவணம் தான்!'

என்று அந்த விவசாயப் பெருங்குடி மக்கள் பேசுவதைப் போலவே கவிஞர் வேதனை விம்மலிடப் பேசுகிறார்.

> அடுத்த இடத்தில்,

> 'நாங்கள் அள்ளிச் சாப்பிடுவது
> அற்ப சொற்பம் தான்.
> அலசிக்குடிப்பதே
> அதிக நாட்கள்' என்ற வரிகளில்

ஊருக்கே சோறு போடும் அந்த விவசாயிகளின் தரித்திர வாழ்க்கையை தத்ரூபமாய் படம் பிடித்துக் காட்டுகிறார். விவசாயி களின் இந்த சரித்திரம் மாற வேண்டும் என்ற ஆதங்கத்தையும் இந்தக்கவிதை வழியாக கோடிட்டுக் காட்டுகிறார் கவிஞர் அண்ணாதாசன்.

'வைகறை வம்சம்' என்ற தலைப்பிலான இந்தக் கவிதையை படித்த பிறகு, நாம் உண்ணும் ஒவ்வொரு வாய் உணவிலும், உழவர் களின் நிலை நம் கண் முன்னே வந்து போகும் என்பது நிச்சயம்.

அய்யன் திருவள்ளுவர், மகாகவி பாரதியார், அறிஞர் அண்ணா, கர்ம வீரர் காமராஜர், போன்றவர்களைப் பற்றிய கவிதைகளையும் கவிஞர் இந்த நூலில் எழுதியிருக்கிறார்.

அய்யன் திருவள்ளுவர் பற்றி அவர் கூறுகையில்,

'அறம் — பொருள் — இன்பம் — என்று,
நீ
பால்பிரித்து வழங்கிய
பாட்டின் அளவு ஈரடி.
மனித குலத்தின்
மாட்சிமைக்கு
அதுதான்
ஆணிவேரடி'

'தமிழ்மாலைகள்
ஆயிரம் இருந்தாலும்
அன்னைத் தமிழுக்கு
அழகுசேர்ப்பது
உன்குறள் மாலையே!'

என்று ஈரடிக்குறளின் மேன்மையை கவிஞர் எடுத்துக்கூறும் விதம் ரசிக்கும்படியுள்ளது.

'பாரதி' கவிதையில்,

'அவன்
மண்ணுக்கு மட்டும்
சுதந்திரம் கேட்ட
மகாக்கவி அல்ல,
பெண்ணுக்கும்
சுதந்திரம் கேட்ட
பெரும் கவிக்கோ !
'அவன்

கவிதைகள்

ஜாதி பேய்களுக்குத்
தீ மூட்டினான்
சமத்துவக் கோவிலுக்கு
தீபம் ஏற்றினான்'

என்று அர்த்தம் பொதிந்த வார்த்தைகளில் பாரதியை மெச்சுகிறார்.

'அண்ணா' கவிதையில், அண்ணாவின் பிறப்புக்கேச் சிறப்பு சேர்க்கும் கவிஞரின் கற்பனை அழகிலும் அழகு.. பேரழகு.!

'அன்னையின்
கர்ப்பக் கிரகத்திலிருந்து
நீ
இந்த
தமிழ் மண்ணில்
தலை கீழாய் விழுந்து,
முதன் முதலாய்
அழுத அழுகைச் சத்தத்தில்தான்
மூர்ச்சையாகிக் கிடந்த
முத்தமிழுக்கு
மூச்சுவந்தது' என்கிற வரிகள்
கவிஞரின் அதீத கற்பனைக்கு
எடுத்துக்காட்டு.

எங்கள்,
மூளை மடிப்புகளுக்குள்
முடங்கிக் கிடந்த பகுத்தறிவை
உன்
சுந்தரத் தமிழல்லவா
சுண்டி எழுப்பியது?'

என்று அறிஞர் அண்ணாவின் பகுத்தறிவுக் கொள்கையை பறைசாற்றும் விதம் நேர்த்தி.

காமராஜர்' பற்றி கூறும் கவிஞர்,

நீ
படித்த மேதைகளுக்கெல்லாம்
பாடம் சொல்லிக்கொடுத்த
படிக்காத மேதை.!

நீ
ராஜாக்களை உருவாக்கிய
'ராஜராஜன்'

என்று காமராஜரைப் பற்றி கூறுகிறார் கவிஞர்.

பெருந்தலைவர் காமராஜரின் அறிவாற்றலையும், ஆளுமையையும் அழகாகச் சொல்லி அசத்தி இருக்கிறார்.

'விழி எழு' என்ற கவிதையும், 'வியர்வைக்கு விலை உண்டு' என்ற கவிதையும் இன்றைய இளைய சமுதாயத்திற்கு ஒரு உந்துதலையும் எழுச்சியையும் ஏற்படுத்தக்கூடிய தன்னம்பிக்கை யூட்டும் கவிதைகள்.

'உன் விடியலுக்கு
பூபாளம் வாசிக்க
ஒருவரும் வரமாட்டார்கள்.
உன் வைகறையை
நீயேதான் கண்டெடுக்க வேண்டும்' — என்று

இளைஞர்களுக்கு யதார்த்தத்தை அறிவுரையாக கவிஞர் வழங்கும் விதம் அருமை.

'குடிமக்கள்' என்பன போன்ற சமுதாய அக்கறை கொண்ட கவிதைப் பதிவுகளும் இந்தப் புத்தகத்தில் உள்ளன.

இப்படி ஒவ்வொரு கவிதையாக சொல்லிக்கொண்டே போகலாம். ஆனால், அத்தனையும் சொல்லி விட்டால் நீங்கள் படிக்க வேண்டாமா? எனவே, இத்துடன் நிறுத்திக் கொள்கிறேன்.

உங்கள் கரங்களில் தவழும் இந்த நூலில் 42 கவிதைகள் இடம் பெற்றிருக்கின்றன. அத்தனையும் கருத்தாழமிக்க அற்புதமான சொல்லாடலுடன்கூடிய அருமையான கவிதைகள். எடுத்துக்காட்டாக ஒரு சில கவிதைகளை மட்டுமே நான் இனம் காட்டியுள்ளேன்.

இந்த 'வைகறை வம்சம்' கவிதைநூல் அதிஅற்புதமான கவிதைகளைத் தாங்கி வந்திருக்கும் அரிதான நூல் என்று நான் கருதுகிறேன். புரியாத வார்த்தை விளையாட்டுக்களை கையாளாமல், புரிகிற வகையில் எளிமையானப் பதங்களைப் பயன்படுத்தி கவிதைகளைப் படைத்துள்ளார் கவிஞர் அண்ணாதாசன்.

ஒருமைப்பாடு, சமூகநீதி, இளைஞர் எழுச்சி, புரட்சி, சமூக நோக்கம், சிந்தனை, காதல், தத்துவார்த்தம் என எல்லாமே விரவிக் கிடக்கிறது இந்த 'வைகறை வம்சம்' என்கிற கவிதை நூலில்.

இது படித்துப் பாதுகாக்க வேண்டிய ஒரு நல்ல நூல் என்பதை படிப்பவர்கள் கண்டிப்பாக உணர்வார்கள் என்ற நம்பிக்கை எனக்கு இருக்கிறது. சிறந்த ஒரு படைப்பைத் தமிழ் இலக்கிய உலகிற்கு பங்களிப்பாகக் கொடுத்துள்ள நூலாசிரியர் அண்ணாதாசன் அவர்களுக்கு என் பாராட்டுகளும் வாழ்த்துகளும். இந்த நூலை அச்சிட்டு வெளியிட்ட 'நோஷன்' பதிப்பகத்தாருக்கும் என் பாராட்டைப் பதிவு செய்கிறேன்.

என்றென்றும் அன்போடு,
ஜே.டி.ஆர்.

எம்மொழி செம்மொழி

தமிழ்,
எமது
உயிரினில்
உதிரத்தில்
ஊனில்
ஊணர்வினில்
இரண்டறக்கலந்திருக்கும்
இனியமொழி தமிழ்...!

எம்மொழி
தமிழ்,
ஈடுஇணையற்ற
செம்மொழி!

இலக்கணங்கள்
இலக்கியங்கள்
செம்மொழியாம்
எம்மொழிதமிழில் உள்ளது போல்
எம்மொழியில் உள்ளது?

ஓல்காப்புகழ்
தொல்காப்பியம்..

எட்டுத்தொகை
பத்துப்பாட்டு

பதினெண் கீழ்க்கணக்கு
பதினெண் மேல்க்கணக்கு

ஐம்பெரும் காப்பியங்கள்
இன்னும்
பன்னூறு
இதயத்தில் சுவடுபதிக்கும்
இலக்கியங்கள்,
தங்கமொழி
தமிழில் தான் உண்டு

தமிழ்
கற்கக்கற்க
கற்கண்டு.

தமிழை
அறிய அறிய
அறிவுண்டு
திருவுண்டு

ஆயிரமாயிரம்
மொழி உண்டு.
ஆயினும்
தமிழ்போல்
மொழி உண்டோ.?

தாய்மொழியாய்
தமிழை
வாய்மொழிய
தவம் புரிந்தோம் யாம்!

பிறந்தால்
தமிழனாய்ப்
பிறக்க வேண்டும்
இறந்தால்
தமிழ் கற்று
இறக்க வேண்டும்!

O

மொழி எங்கள் மூச்சாகும்

தீங்கொன்று தமிழ்த்தாய்க்கு வருகு தென்றால்
   தேவையில்லை உயிரெமக்கு உயிரை ஈந்தும்
ஓங்கு தமிழ் மொழி கார்ப்போம்! உணர்ச்சி யின்றி
   உலுத்தர்களாய் செயலற்று இருக்க மாட்டோம்!
வீங்குதோழ் படைத்தவர்கள் தமிழர் நாங்கள்
   வீணர்கள் எவரேனும் தமிழை மாய்க்க
ஈங்கெங்கும் வருகின்றார் என்றால் தமிழன்
   எதுவரினும் விடமாட்டான் வெற்றி காண்பான்!

மொழி எங்கள் மூச்சாகும்: மொழியின் மீது
   முறைதவறி கெடுமதியார் கையை வைத்தால்
ஒழிக்கவரும் அன்னவரைத் தடுத்து நிற்போம்
   உயிர் போனால் அதுவேளம் பெருமை என்போம்!
வழிவழியாய் எம்மக்கள் காத்து நித்தம்
   வளர்த்த மொழி வண்ணத்தமிழ் மொழியே! அதனை
அழியென்று வருவோரை விடவே மாட்டோம்
   அன்னைத் தமிழ் வாழ்வாங்கு வாழ வைப்போம்!

○

காத்திருப்பு

விழுகின்ற
விதைகள்
முளைக்காமல் போகாது.
விடுதலைப் போர்கள்
வெல்லாமல் போகாது!

வியர்வைக்கே
விலையுண்டு!
சிந்திய ரத்தத்திற்கு
விலைமேல் விலையுண்டு!

காத்திருப்புக்கள்
காலத்தின் கட்டளை

பூப்பறிப்பதற்கு
மொக்குகள்
அவிழும்வரை
காத்திருக்க வேண்டும்!

கனிபறிப்பதற்கு
நுனிப்பூ உதிரும்வரை
காத்திருக்க வேண்டும்!

காத்திருப்பு
காத்திருப்பாகவேதான் இருத்தல்வேண்டும்
காலதாமதமாகிவிடக் கூடாது.

கொக்கைப்போலக் காத்திருக்க வேண்டும்
கழுகைப்போலப் பார்த்திருக்க வேண்டும்
திருடனைப்போல விழித்திருக்க வேண்டும்!

நீ
காத்திருந்தால்
உனக்காக
ஒரு
கிழக்கும் காத்திருக்கும்!
O

அறிவியல் மனிதன்

உலகின்
உயிரினங்களிலேயே
உயர்வானதும்
உன்னதமானதும்...
அதிசயமானதும்...
வியப்புக்குரியதும்
விநோதமும்
வீரியமுமான
உயிரினம் எதுவெனில்,
அது
மனித இனம் என்றால்
மறுப்பார் உண்டோ...?

விலங்குகளோடு
விலங்குகளாய்..
மொழியறியாமல்
ஊமைகளாய்..
உடையறியாமல்
நிர்வாணிகளாய்..
காடுகளில்
காட்டுமிராண்டிகளாய்
சுற்றித்திரிந்த மனிதனுக்கு
காலக்கிழவி
தீட்சையளித்தாள்...!

வான சூரியனை மூடிய
வண்ணமேகங்கள்
கொஞ்சம் கொஞ்சமாய்
விலகுதல்போல,
ஞான சூரியனை மூடிய
அஞ்ஞான மேகங்கள் விலகிற்று:
அறிவுக்கண் துலங்கிற்று.

மனிதனின்
ஆறாம் அறிவு விழித்தது
அறிவியல் ஜோதி முகிழ்த்தது.

இன்றைய மனிதன்
திங்களில் உலாவுகிறான்
செவ்வாயைத் துழாவுகிறான்
வெள்ளிகளில் எல்லாம்
விலாசம் பொறிக்கிறான்
ஆஹா...!
என்னே மனிதசக்தி...?

நொடிக்கு நொடி
கணத்துக்குக் கணம்
பொழுதுக்குப் பொழுது
நாளுக்கு நாள்
விஞ்ஞான கண்டுபிடிப்புக்களில்
வித்தைகள் புரிந்து
ஆண்டவனையே
அதிசயிக்கவைக்கிறான்
அறிவியல் மனிதன்!

பூமியில் விந்தையூட்டும்
விசித்திரப்பிறவி
மனிதன்...!

O

கலாம் கனவுகள்

உலக மாமேதையே..!
இந்தியாவின்
எழுச்சி நாயகனே..!
இளைஞர்களின்
ஒளிவிளக்கே..!
நீ
எங்கேயோ போய்விட்டதாய்
எம்மவர் புலம்பிக் கொண்டிருக்கிறார்கள்.

நீ
எங்கேயும் போகவில்லை
நீ
எங்களோடே வாழ்கிறாய்...

பூக்களில்
உன் புன்னகையையும்..
கதிரொளியில்
உன் கண்ணொளியையும்
மின்னல் கீற்றுக்களில்
உன் உச்சி வகிடையும்
திரும்பும் திசையெல்லாம்
உன்னை
தினம் தினம் பார்க்கலாமே..!

நீ எங்களை
'கனவு காணுங்கள்' என்றாய்.!
நீ காணச் சொன்னது
உறங்கி உறங்கி கிடந்து காணும்
உதவாக் கனவுகளை அல்ல..
உலகை உய்விக்கும்
உன்னதக்கனவுகளை...

உறக்கத்தைக் கலைக்கும்
உயர்ச் சிந்தனைக் கனவுகளைத்தான்
நீ காணச் சொன்னாய்.!
இனி எங்கள் கனவுகளில் தான்
நீ வந்து வந்து போவாயே.!

எங்கள்
இளைஞர்களின் நெஞ்சங்களில்
நீ விதைத்துப் போட்டுவிட்டுப் போன
நம்பிக்கை நாற்றங்கால்கள்
நாளை
விருட்சங்களாகி கனி கொடுக்குமே..!

எங்களை...
நமது தேசத்தை...
ஏன்...
உலகத்தையே
நீ'
அக்கினிச் சிறகு' பூண்டு
சுற்றிச் சுற்றித்தான் வருவாயே..!
நீ
எங்கேயும போய்விடவில்லை
நீ எங்களோடே வாழ்கிறாய்...
எங்களோடே வாழ்வாய்..!

O

மரங்கள்

மரங்கள்...
ஆகாய அன்னையை
ஆரத்தழுவ
ஆயிரமாயிரமாய்
எழுந்து நிற்கும்
மண்ணின் கரங்களா மரங்கள்.?

விண்ணக அன்னைககு
மண்ணகம் வீசும்
சாமரங்களா
பூமரங்கள்..?

பூமிமகள்
எப்போதும்
எடுத்து உடுத்தும்
பச்சைப் பட்டாடையா
இச்சை ஊட்டும்
பச்சை மரங்கள்..?

தென்றலும் புயலும்
திவ்வியமாய் ஆடுவதற்கு
பூமி
அமைத்துக் கொடுத்த
அழகரங்கம்தானா
ஆடிநிற்கும் மரங்கள்..?

காலம் காலமாய்
வானம் பாடிகளாய்
காற்றுப் பாடல்

பாடிக்கொண்டிருக்கும்
கானம்பாடிகளா
கவினுறும் மரங்கள்..?

ஞாலமெங்கும்
காலம்தோறும்
தவமாய்த் தவமிருந்து
வண்ணமழையை
வருவித்துத்தரும்
தவப் பிறவிகளே
தளிர் மரங்கள்.

○

எதிர்பார்ப்பு

எதிர்பார்ப்புக்கள்
இல்லையென்றால்
ஏமாற்றங்களும் இல்லையாம்!
எதிர்பார்ப்புக்கள் இல்லாமல்
எப்படிச்சாத்தியமாகும் வாழ்க்கை?

உதிக்குமென்று எதிர்பார்க்கிறோம்
உதிக்காமல் சூரியன்
ஒளிந்து கொண்ட துண்டோ?

பொழியுமென்று எதிர்பார்க்கிறோம்
பொழியாமல் வானம்
பொய்த்ததுண்டோ?

முளைக்குமென்று எதிர்பார்க்கிறோம்
முளைக்காமல் விதைகள்
முடங்கிய துண்டோ?

மலரும் என்று எதிர்பார்க்கிறோம்
மலராமல் மொக்குகள்
மறுத்ததுண்டோ?

எதிர்பார்ப்பு என்பது
எல்லோரும் தூக்கித்திரியும்
நம்பிக்கையின் குழந்தை

எதிர்பார்ப்பு இல்லையாயின்
இந்த பிரபஞ்சம்
ஸ்தம்பித்துப் போகும்!

எதிர்பார்த்துத் தான் வாழ வேண்டும்
எதிர்பாராதது நிகழும்போது
ஏமாற மட்டும் கூடாது!

○

தாஜ்மஹாலும் பிரமிடும்

அடியே.!
உனக்காக
நான்
எனக்குள்
ஒரு தாஜ்மஹால்
கட்டிக்கொண்டிருக்கையில்
நீ
எனக்காக
உனக்குள்
ஒரு பிரமிடு கட்டி வந்திருப்பது
இப்போது தானடி தெரிகிறது.!

○

சுவடுகள்

அவள்,
பதித்து விட்டுப் போன
பாதச் சுவடுகளை
வேண்டுமென்றே
வீராப்போடு வந்து
அலை அழித்துவிட்டுப் போனதில்
வருத்தம் மட்டுமல்ல
ஏக்கமும் எனக்கு..!

ஆறுதல் நிகழ்வாக,
திரும்பிவந்தவள்
என்னை
கடந்து போன போது
என்
காலடியில் வீழ்ந்தது
அவள்
கருங்கூந்தலிலிருந்த சிவப்பு ரோஜா
இன்னொரு
அலைவந்தது தோற்பதற்கென்றே!

O

காதலெனும் பொய்மான்

சந்தர்ப்பங்கள்
படையெடுத்து வந்தன
ஆயினும்
நேற்றுகளில் இழந்து விடவில்லை
இதய ராஜ்யம்
எனதாகவே
பத்திரமாய் இருக்கிறது!

உன்னிலோ
அது
இன்னொருவனிலோ
புதைபடுவது என்பது
துளியும் சாத்தியம் இல்லை

எனக்கென்று கிடையாது
சுயமான
திட்டங்கள்... தீர்மானங்கள்!
எனது திசைகள்
பெற்றோருடையது.

விளையாடுவதற்கு
பொம்மை வாங்கித் தந்த
அவர்களே
வாழ்க்கைக்கும்
துணையைத் தேடித்தருவார்கள்.

உன்
காதலெனும் பொய்மானை
துரத்திப்பிடிக்க
என்னால் முடியாது
நீ விரித்த வலையில்
என்னை
வீழ்த்திப் பிடிக்க
உன்னாலும் முடியாது.

O

விழி... எழு.!

இளைஞனே !
ஏன் அஸ்தமனங்களையே
எண்ணி எண்ணி
அந்தகாரத்துக் குள்ளேயே
அமிழ்ந்து கிடக்கிறாய் ?

தோல்விகளால்
காயப்பட்ட நீ
தூக்க தேவதையின் மடியிலா
துக்கப் பட்டுக்
கிடக்க வேண்டும் ?

உன்
விடியலுக்கு
பூபாளம் வாசிக்க
ஒருவரும் வரமாட்டார்கள்.

உன்
வைகறையை
நீயே தான்
கண்டெடுக்க வேண்டும்.

அப்படி என்ன தோழனே
நீ
அயர்வோடு
ஐக்கிய மாகிவிட்டாய் ?

சூரியன்
தூங்கிக் கிடந்தால்
காரிருள் தானே
பூமியை
கைவசப் படுத்தும் ?

ஆறுகள்
அயர்வு கொண்டல்
கழனிகள்
காய்ச்சலில் அல்லவா
காய்ந்து மடியும்?

விழிகள்
விழிக்கச் சம்மதித்தால்
தூக்கம்
தூரத்திற்கு ஓடும்.

பாதங்கள்
பயணிக்கத் தயாரானால்
வழிகள்
வரவேற்பளிக்கும்.

உன்
விசும்பலுக்கு
வித்திட்டது
விதியல்ல.
விரக்திதான்...!

உன்
வெற்றிக்கு
பரிந்துரைப்பது
உறக்கமல்ல
உழைப்புத்தான்!

வைகறையில் துயிலெழு,
உழைத்திட
முதல் ஆளாய் முந்து,
வியர்வைச் சிந்து.
வெற்றியின் இரகசியம் இதுதான்
அறிந்து கொள்.. புரிந்துகொள்!

சிதைந்த கனவுகளுக்குள்
உன்
சிந்தனைக் குருவிகளை
சிறகடிக்க அனுப்பாதே!

புதிய கனவுலகுக்கு
அவற்றை
திசைத்திருப்பி விடு!
அங்கே தான்
வெற்றி மணிகள்
குவியல் குவியலாய்
கொட்டிக் கிடக்கிறது.

சோர்வின்
சுதந்தரிப்பில்
அடிமையாய்
நீ
அகப்பட்டுக் கொண்டால்
சூழும் சூனியம்
உன்னை
சுடுகாட்டுக்கு அல்லவா
வழியனுப்பும்..?

தன்னம்பிக்கை
தலை சாய்வதற்கு
நீ
தோல்விகளைத்
தலையணை யாக்காதே.!

இலட்சியப் பூவுக்காக
ஒத்தையடிப் பாதையில்
பயணப்படும்
உன்
பாதங்களை
நெருஞ்சிகள் முத்தமிடலாம்.
அதனால்
நெஞ்சும் கண்ணும்
காயப் படுவதேன்.?

சிகரச் சாதனை
புரிய வேண்டிய
நீ
அடிவாரச் சறுக்கலிலேயே
அல்லாடிப் போகலாமா?

நம்பிக்கை தான்
உன்னை
வெற்றி மணவறைக்கு
அழைத்துப் போகும்
'மாப்பிள்ளைத் தோழன்' என்பதை
மறந்து விடாதே.!

கரித்துண்டு
கனல்த் துண்டானால்
சொர்ணத்தைக் கூட
சுட்டுப் பார்க்கலாம்.
கனல்த்துண்டு
கரித் துண்டானால்
சருகுகளாலேயே
சமாதி கட்டி விடலாம்.

நீ
கனலாய்
கனன்று கொண்டிரு.
கட்டித் தங்கம் உனக்காய்
காத்திருக்கிறது.

கனவு விதைகளுக்கு
நீ
கவலைகளைக் கொண்டு
கல்லறை கட்டி விடாதே.!

நம்பிக்கை மழையில்
அவை நாளை
நிச்சியமாய் முளை விடும்.

நெஞ்சின் ரணங்களால்
துஞ்ச மறுக்கும்
உன்
கண்ணின் கனங்களை
தனிமை நிமிடங்களில்
நீ
கண்ணீராய் கரைத்துவிடு!

புன்னகைப் பூக்களை
உதடுகளில் மட்டுமல்ல
உள்ளத்திலும் மலர விடு.!

உன்
பார்வையில் கூட
பரிசுத்தம் இருக்கட்டும்.

உன்
செயல்களில் எல்லாம்
நேர்மையும் நீதியும்
நிறைந்திருக்கட்டும்.

விழுதல்
எழுதலுக்குத்தான்.!
பதுங்கல்
பாய்வதற்குத்தான்.!

தோல்விகள்
வெற்றிகளுக்குத் தான்.!

உன்
புறப்பாடு
புயலாய் இருக்குமானால்
வானமும் வையமும்
உனக்கு வயப்படும்
வாட்டி வதைக்கும்
கவலைகள் பயப்படும்.

'நேற்று' என்பதை
நீ தொலைத்து விட்டாய்.!
'இன்று' என்பதையும்
நீ தொலைத்து விடாதே.
ஏனென்றால்
'நாளை' என்பது
யாருக்கும் நிச்சயிக்கப் பட்டதல்ல.

○

உரிமைகள் பறிக்கப்படும்

குளத்தில் ஒற்றைக்காலில்
குறிவைத்துக்காத்திருக்கும்
கொக்குவால் மீனுக்கும்...

பாய்வதற்குக் குறிவைத்து
பதுங்கி இருக்கும்
புலிகளால் மானுக்கும்...
வேளை வரும்போது
வாழ்வுரிமை பறிக்கப்படும்.

கன்றைக்காட்டி நாடகமாடி
காம்புகளில் சுரக்கும்
மாட்டுக்கார வேலன்களால்
கன்றுகளின்
பாலுரிமை பறிக்கப்படும்.

இரவுபகல் பாராமல்
காடுமேடெல்லாம் பறந்து திரிந்து
உணவைச் சேமிக்கும் வண்ணம்
தேனீக்கள் கட்டிக்கொள்ளும்
தேன் கூடு.!

ஒருநாள்
மனித படைபெயடுப்பில்
தேனீக்களின்
தேனுரிமை பறிக்கப்படும்.

ஆண்டான்களால் எப்போதும்
அடிமைகளின் உரிமைகள் பறிக்கப்படும்.

தேர்தலுக்குத்தேர்தல்
நமது
வாக்குரிமை பறிக்கப்படும்.

ஈழத்தில் தமிழர்கள்
என்னதான் கதறினாலும்
துடித்தாலும் தவித்தாலும்
உரிய உரிமைகள்
தனிஈழம் பூக்காமல்
ஒருநாளும் கிடைக்காது.
அதுவரை
உறுதியாய் அங்கே
உரிமைகள் பறிக்கப்படும்.

உரிமைகள் என்பதே
நம்மை நாம்
ஏமாற்றிக் கொள்கிற
இயலாத ஏற்பாடு

உரிமைகளை
காப்பாற்றுவது கடினம்
பறிகொடுப்பது சுலபம்.

பணம் — பலம்
பாசம் — கருணை
இயலாமை — விட்டுக்கொடுத்தல்
இவற்றினாலும்
உரிமைகள் பறிக்கப்படும்

மரணத்தில்
மொத்த உரிமையும்
முழுவதுமாய் பறிக்கப்படும்.

O

இயற்கை எழுதும் கடிதம்

இறைவனைக் கூட
இல்லையென்று
மறுத்துவிடலாம்.

என்னை
எவரும்
இல்லையென்று
மறுக்க முடியாது.

நான்
இயற்கையாய் தோன்றிய
இயற்கையாவேன்.

சூரியன் — சந்திரன் — கோள்கள்
ஆகாயம் — பூமி — அண்டசாரசரங்கள்
மலைகள் — நதிகள் — கடல்கள்
மழை — காற்று — பனி
புல் பூண்டு
பயிர் — பச்சை — உயிர்கள்
அனைத்துமே நான்
யாவுமாகியது நானே!

இயற்கையாகிய நான்
எழுதுகிறேன் ஓர் கடிதம்.

மனித இனமே...!
உன்
அதீத உழைப்பு
அசாத்திய ஆற்றல்
அறிவியல் கண்டுபிடிப்பு
அத்தனையும் கண்டு

நான்
அதிசயித்துப் போகிறேன்.

உன் மெய் ஞானம்
என் மேனியை
சிலிர்க்கச் செய்கிறது.

உன் விஞ்ஞானம்
என்னோடு
போட்டிபோட்டு விளையாடுகிறது.

நான்
சாந்தமாய்..
சமாதானமாய்...
சிரித்துக் கொண்டிருக்கும் வரை
நீ சாதித்துக் கொண்டிருக்கலாம்.

நான்
சாந்தம் இழந்து
சிரிப்பை மறந்து
சீற ஆரம்பித்து விட்டால்
நீ
சாய்ந்து போவாய்!

உன்
புதிய கண்டுபிடிப்புகள்
சமயங்களில்
என் மேனியை
புண்ணாக்கி விடுகிறது.

சமீபகாலமாய்
நீ
எனக்கு
கேடு புரிந்து வருகிறாய்.

இயந்திரங்கள் — வாகனங்கள்
ஆலைகள் — சூளைகள்
இணைந்து கக்குகின்ற புகைகள்...
காடழிப்புக்கள்
'பிளாஸ்டிக்' கழிவுகள்...
காற்றில் மாசு...

நதிகளில் மாசு...
இப்படி
பல்வேறு
சுற்றுச் சூழல் கேடுகளை
நீ நடத்துகிறாய்!

உன்னால்
என் ஓசோன் போர்வை
ஓட்டையாகிவிட்டது!
இதனால் ஏற்படப்போவது
என்ன தெரியுமா..?

சூரியனின்
மின்காந்தக் கதிர்களும்
புற ஊதாக்கதிர்களும்
நேராக
இறங்கி வந்து
உன்
பூமிப்பந்தை
பொசுக்கப் போகிறது.

பூமி வெப்பமயமாதல்..
பனிமலைகளின் உருக்கம்..
இதுதான் தொடக்கம்.

வேண்டாம்
மனித இனமே!
என் ஓசோனைக் காற்பாற்று.
என்னைக் காப்பாற்று
என்னைக் காத்து
உன்னைக் காத்துக் கொள்!

O

அன்பு சாதிக்கும்

தேசத்துக்கு தேசம்
திசைகள்
திக்குகள் எங்கிலும்
பரவிக்கிடக்கும்
தீவிரவாதிகளே..!

உங்கள்
பயணத்தின் இலக்கு
எவ்வளவு தூரத்தில் இருக்கிறது..?
எப்போது முடியப்போகிறது
உங்கள்
பேரழிவுப் பெரும் பயணம்..?

உங்கள்
தத்துவம்
தாத்பரியம்
இலட்சியம் தான் என்ன..?

அழிப்பதுவும்
அழிபடுவதும் தானா
உங்கள்
சீரிய சித்தாந்தம்..?

உங்களுக்கு
இன்னுமா அடங்கவில்லை
இரத்தத் தாகமும்
உயிர்பசியும்..?

தீவிர வாதிகளே
தீவிரவாதம் வேண்டாம்..?

ஆயுதங்கள் சாதிக்காததை
அன்பு சாதிக்கும்
அஹிம்சை சாதிக்கும்.

O

அம்மா

'உலகமிது உனக்கே உனக்குத் தான்' — என்று
இந்த
உலகத்தையே அள்ளி
நம் கையில் கொடை கொடுத்தவள்
'அம்மா' என்னும் அன்புத் தெய்வம்.

மனித இனம் மட்டுமல்ல
மற்ற பிற உயிரினங்களையும்
ஈன்றருளியது ஒரு அம்மா தான்!

தாயில்லாமல் நாமில்லை
தாயில்லாமல் எந்த ஜீவனுமில்லை.

ஆறறிவு மனிதன் தான்
பிறந்த பிறப்பறிவான்
அம்மாவின் சிறப்பறிவான்.

அம்மாவை
'அன்னை ஓர் ஆலயம்' என்பார்கள்.
'குடியிருந்த கோவில்' என்பார்கள்.

அம்மா என்பவள்
ஆலயம் இல்லை.
அம்மா என்பவள் தெய்வம்.
ஆலய தெய்வங்களை எல்லாம்
விஞ்சி நிற்பது
அம்மா தெய்வம் தான்!

அம்மா
உண்மைத் தெய்வம்
உயர்ந்த தெய்வம்
உன்னதத் தெய்வம்.

அம்மாவிற்கு ஈடு
அம்மா தான்!
ஆலயங்கள் எல்லாம்
சும்மாதான்!

கரு ஜனித்த நாள்முதல்
கருவானது
உருவாகி
சிசுவாகி உயிர் சேர்ந்து,
குழந்தைச் சொரூபம்
முழுமை அடையும் வரை
முன்னூறு நாள் வரை சுமந்து,
வலிகள் — வேதனைகள்
தாங்கித்துடி துடித்து
செத்துச் செத்துப் பிழைத்து
பிள்ளையை
பிரசவித் தளிக்கின்ற
தாயல்லவா
'தலை' தெய்வம்?

உயிர் கொடுத்த தாயல்லவா
உலகின் முதற் தெய்வம்?

அதனால் தான்
'அன்னையும் பிதாவும்
முன்னறி தெய்வம்' — என்று
அன்னையை முதன்மையாய் வைத்து
'ஆத்திச்சூடி' பிறந்தது.
ஆத்திச்சூடி அப்பாவை
பின்னால்தான் வைத்தது.

பத்துமாதம் சுமந்து
முத்துப் பிள்ளையைப் பெற்று
முடித்ததோடு
முடிந்து விடுகிறதா தாய்மை?
உதிரத்தைப் பாலாக்கி ஊட்டுவாள்
தொட்டிலிலிட்டு ஆட்டுவாள்
தாலாட்டு தமிழ்ப்பாட்டு பாடுவாள்
தன் பிள்ளை துயின்ற பின்னரே
தன் கண் மூடுவாள்.

தாய்ப்பாலோடும்
தாலாட்டுப் பாடலொடும்
இனப் பெருமை — குலப்பெருமை
அன்பு — பாசம்
பண்பு — கருணை
தானம் — தயாளம்
வீரம் — தீரம்
உதிரத்தில்...
ரத்த நாளங்களில்
நாடி நரம்புகளில்
ஏற்றுவாள்.

சீராட்டுவாள்
சீவி — சிங்காரிப்பாள்
மொழி புகட்டுவாள்
நடை பயிற்றுவாள்.
சிறு பிணியும் அண்டாது காப்பாள்
ஜீவனே பிள்ளையென
கண்ணும் கருத்துமாய் பார்ப்பாள்.

நிலா காட்டுவாள்
நிலவைக் காட்டிக் காட்டி
அமுதன்னம் ஊட்டுவாள்.

படிக்க வைப்பாள்
பாட வைப்பாள்
ஆட வைப்பாள்
அழகு பார்ப்பாள்

பிள்ளைகள் வளர்ந்து
பெரியவர்கள் ஆகும்வரை
அன்னை படும் பாடு
அரும்பாடு...
பெரும்பாடு..!

அம்மாவை யாரும் மறக்க முடியாது
அம்மாவை மறந்தால் சிறக்க முடியாது.

தாய் சொல்லைத் தட்டக் கூடாது,
தாய் கிழித்த கோட்டைத் தாண்டக்கூடாது?

தாயை மதிக்காதவன் தருக்கன்
தாய் சொல் கேளாதவன் செருக்கன்.

தரணி வேதங்களையெல்லாம்
விஞ்சி நிற்கும் வேதம்
தாயுரைக்கும் வேதம்.

கற்றவனாகவும்
கல்லாதவனாகவும்...

நல்லவனாகவும்
வல்லவனாகவும்...

அறிவாளியாகவும்
அறிவிலியாகவும்...

ஊர் சுட்டும் படியாக
உயர்ந்தவனாகவும்...

ஊர் திட்டும் படியாக
தாழ்ந்தவனாகவும்
ஒருவன்
இருக்கிறான் என்றால்
அதற்கு பொறுப்பு
அவனைப் பெற்ற அன்னையே!

தாய்க்குப் பின்புதான் தந்தை.
தாய் முதல் தெய்வம்
தந்தை இரண்டாம் தெய்வம்.
இதர தெய்வங்கள் எல்லாம்
இவர்களுக்குப் பிறகுதான்.

O

அய்யன் திருவள்ளுவர்

வையகம் போற்றும்
பொய்யா மொழிப்புலவனே !
ஐயமில்லா வாழ்வை
அவனிக்கு வகுத்தளித்த
அய்யன் திருவள்ளுவனே !
உன்னை
வாழ்த்தி வணங்குகிறோம்.

தேமதுரத் தமிழோசையை
திக்கெட்டும் பரவவிட்ட
தெய்வப் புலவனல்லவா நீ.?

ஈரடியில்
நீ
ஈந்தகுறள் அத்தனையும்
தமிழ் வேதம்
தமிழர் வேதம் !

'கீதை' — 'விவிலியம்'
'திருக்குர்ரான்' போன்ற
திருமறைகளோடு
ஒத்துப் பார்த்தால்
உன் திருக்குறளும்
உயர்ந்து நிற்கும்
ஒரு உன்னதமான
உலகப் பொது வேதம்.

'அறம்' — 'பொருள்' — 'இன்பம்' என்று
நீ
பால் பிரித்து வழங்கிய
பாட்டின் அளவு ஈரடி!
மனித குலத்தின்
மாட்சிமைக்கு
அதுதான் ஆணி வேரடி!

நீ
முப்பால் வகுத்தவன்
முப்பால் மூலம்
எப்பாலருக்கும்
தப்பாமல் செப்பினாய்
குற்றமில்லாக்
குறள் பாட்டு!

உன்
அதிகாரம்
ஒவ்வொன்றுக்குள்ளும்
பத்துப்பாட்டு.
அத்தனையும்
தத்துவம் உதிர்க்கும்
முத்துப்பாட்டு!

நீ
வாழ்வியல் கோட்பாடுகளை
'நறுக்'கென்று
'சுருக்'கென்று
இருவரியில் தெறிக்க விட்டாய்.

இருவரிக்குறளால்
எம்புலவர் பெருமக்களை
வியந்து வியந்து
வெறிக்க விட்டாய்!

உன்
'ஜாதி என்ன?
மதம் என்ன?
மார்க்கம் என்ன?' என்று
எமது
மொழி ஆய்வாளர்கள் எல்லாம்

விழியில் எண்ணெயை
விட்டுக் கொண்டு
அலசி அலசி
ஆய்ந்து பார்த்தார்கள்
அவர்கள் தேடியது தென்படவில்லை.

நீ
புலனாய்வுகளுக்கெல்லாம்
புலப்படாத
'புலவர் பெருமகனார்.'

'மனிதம்' தான்
உன் 'பாடு பொருள்'
இதற்கு
மதிப்புரை தேவையில்லை.
'புனிதம்' தான்
உன் திருக்குறள்
இதற்குப் புகழுரை தேவையில்லை.

எம்மொழியாம்
செம்மொழியின்
சிறந்த நூல்களில்
முதன் நூல்
உன் நூல்!
அதுதான்
திருக்குறள் என்னும்
நன்னூல்!

யாவர்க்கும்
அதுவொரு பொன்னூல்!

அந்நூலுக்கு
ஈடு இணை
வேறு எந்நூல்?

தமிழ்மாலைகள்
ஆயிரமே இருந்தாலும்
அன்னைத் தமிழுக்கு
அழகு சேர்ப்பது
உன் குறள் மாலையே!
குவலயம் அதைத்தான் போற்றுகிறது.

தமிழ் நூற்கள்
ஆயிரமே
இலக்கியங்களில் இருந்தாலும்
மொழிபெயர்ப்பில்
உன்
பொய்யா மொழிக்கே முதலிடம்
அகிலம் அதைத்தான் அச்சில் ஏற்றுகிறது.

உன் குறட்பாக்களில்...
எதுகை — மோனைகள்
இயைபுகள்
சிறப்பானச் சீர்கள்
தட்டாதத் தளைகள்
குன்றாத ஓசைகள்
அளவொத்த அடிகள்
அத்தனையும் அருமை!
யாருக்கு வரும்
உன்
யாப்பிலக்கணம்.?

நீ வடித்த குறள்
அத்தனையும் நேர்த்தி!
அதனால் தான்
உலகெங்கும் பரவியுள்ளது
உனது கீர்த்தி.!

குறளைப் படிக்கப் படிக்க
அறிவு விருத்தியாகும்.
குறளமுதம் பருகப் பருக
வாழ்க்கை திருப்தியாகும்.

திருக்குறள் இல்லாத வீடு
திருவிளக்கு இல்லாத கோவில்.
நூலறிவு மனிதரை மனிதராக்கும்
குறளறிவு மனிதரைப் புனிதராக்கும்.
தெள்ளு தமிழமுதம் வள்ளுவம்
அதனை
தினமும் பருகிட அள்ளுவோம்.

○

பாரதி

அடிமை இருளை
மடிய வைக்க
வெடித்துக் கிளம்பிய
வீரப்பரிதி பாரதி!

அவன்
எட்டு திக்கின்
பழைய அழுக்குகளை எல்லாம்
பஸ்பமாக்கப் புறப்பட்டு வந்த
எட்டயப்புரத்துச் சூரியன்.

அவன் தான்
கம்பனோடு
காணாமல் போன
கன்னித் தமிழை
கண்டு பிடித்து
கொண்டு வந்தவன்.

பண்டிதர்கள்
பத்திரமாய்
பூட்டிவைத்திருந்த
பைந்தமிழ் அன்னையை
பாமரரும் தரிசிக்கும் வண்ணம்
தாழ் திறந்து விட்டவன்.

பாரதி...
பழந்தமிழ் அன்னையின்
பாட்டுத்தேர்
சாரதி!

மொழி மகளுக்கெல்லாம்
மூத்தவளாம்
நம்
முத்ததமிழ் அன்னையின்
கழுத்து கனத்துப் போகும் வண்ணம்
கவி மாலை சூட்டி
களிப்பிலாழ்ந்தவன்.

அவன்
வரவுக்குப் பிறகு தான்
வெள்ளை மேகங்கள் விலகிற்று
விடுதலை வெளிச்சம் துலங்கிற்று.

அவன்
இமயத்தில் தலை வைத்து
குமரியில் கால் நீட்டி
பாரதத்தையே
தன் படுக்கையாக்கி
கனவு கண்ட
கனவுப் பாவலன்..!

அவன்
பாட்டுக்கொரு புலவன் மட்டுமல்ல
விடுதலையை முழங்கியதில்
நாட்டுக்கொரு புலவனும் அவன்தான்!

அவனை
ஏழைப்புலவன் என்று
யாரும் கூறிவிடலாம்
கோழைப்புலவன் என்று
யாரும் கூறத்தான் முடியுமோ?

அவன்
பாட்டு வேட்டு
கேட்டுத் தான்
பரங்கியர் கூட்டம்
பதற ஆரம்பித்தது
பாரதத்திலிருந்து
சிதற ஆரம்பித்தது.

    கவிதைகள்

பரங்கியரை பொறுத்தமட்டில்
பாரதியின் கவிதைகள்,
கவிதைகள் அல்ல
கண்ணி வெடிகள்.
அவர்கள் நின்ற இடமெல்லாம்
சென்ற இடமெல்லாம்
அவன்
பாட்டு வேட்டுக்கள் வெடித்தன.

அதனால் தான்
வெள்ளையர் அரசாங்கம்
பாரதியை
'தீவிரவாதி' என்று
தீர்மானம் போட்டது.

அந்த
பாட்டுக் குயிலை
நாட்டுக்குள் கூவக்கூடாது என்று
துரத்து துரத்து என்று துரத்தியது.

பாண்டிச்சேரி வரை
விரட்டு விரட்டென்று விரட்டியது.

அவன்
மண்ணுக்கு மட்டும்
சுதந்திரம் கேட்ட
மகாக்கவி அல்ல.
பெண்ணுக்கும்
சுதந்திரம் கேட்ட
பெரும் கவிக்கோ!

அவன் ஒரு
தீந்தமிழ் தீர்க்கதரிசி.
அதனால் தான்
அடையும் முன்பே
சுதந்திரத்தை
அடைந்து விட்டதாய்
கூத்தாடினான்.

கிடைக்குமுன்பே
விடுதலையை

கிடைத்து விட்டதாய்
கொண்டாடினான்..!

'சுதந்திரம் — சுதந்திரம்' என்று
அவன்
மனசுக்குள் ஆசை
மத்தளம் அடித்தது.

'விடுதலை — விடுதலை' என்று
அவன்
வீரமீசை
வெகுண்டு துடித்தது.

அவன் இந்த
நிலை கெட்ட மாந்தரை நினைத்து
நித்தமும் வாடியவன்
நெஞ்சு பொறுக்காமல்
சத்தமாய் பாடியவன்.

அவன்
ஜாதிப் பேய்களுக்கு
தீ மூட்டினான்.
சமத்துவக் கோவிலுக்கு
தீபம் ஏற்றினான்.

அவன்
'காக்கை — குருவியை
எங்கள் ஜாதி' — என்றான்.
மானிடருக்குள் ஜாதியை
மறுதலித்து நின்றான்.

அவனுக்கு
பசி தெரியும்.
பசியின் ருசி தெரியும்.
அதனால் தான்
'தனி ஒருவனுக்கு உணவு இல்லையெனில்
இந்த ஜகத்தினை அழித்திடுவோம்' என்று
ஒரு

கலகக்காரனைப் போல
மீசையை திருகி மிரட்டினான்.
மேதினியை கொஞ்சம் அரட்டினான்.

அவன்
சிந்தனைப் புயலின்
சீற்றத்தினால் தான்
சமூகத்தில்
மண்டிக் கிடந்த
மடமை குப்பைகள்
மறைந்து போயின.

அவன் எழுது கோலை
'மை' யில் தோய்த்து
எழுதவில்லை.
'தீ' யில் தோய்த்துத் தான்
தீட்டினான் கவிதைகள்.

எனவே தான்
என்னதான் நாம்
அவன் கவிகளை
எச்சரிக்கையாய்ப் படித்தாலும்
உச்சரிக்கும் உதடுகள்
உஷ்ணத்தில் வேகின்றன.

கவிராஜன் அவனுக்கு
தங்கக்கிரீடம்
வைரக்கிரீடம்
சூட்டி அழகு பார்க்க
நாட்டுக்குள் அன்று
நாதியற்றுப் போனதால்,
அந்த
முத்தமிழ்க் கவிஞன்
தனக்குத் தானே
சூட்டிக்கொண்டான்
'முண்டாசு'க் கிரீடம்.

அவன்
'எழுத்து வேறு' —

'வாழ்க்கை வேறு' என்று
வாழ்ந்தவனல்ல
எழுதியபடியே வாழ்ந்தான்.
வாழ்ந்தபடியே எழுதினான்.

'காக்கை' — 'குருவியை'
எங்கள் ஜாதி என்றான்.
கழுதையைத் தேடி
கட்டிப் பிடித்து முத்தமிட்டான்.

புறக்கணிக்கப்பட்ட
சமூகச் சிறுவனை பிடித்து வந்து
பூநூல் மாட்டி
பூஜை போடச் சொன்னான்.

அவனது
பொது நோக்குச் சிந்தனைக்கும்
புது ஞானப் புரட்சிக்கும்
அன்றைய சமூகம்
அவனுக்குக் கொடுத்த பட்டம்
'கிறுக்குச் சாமி' — என்பது.

அவனை
'கிறுக்கு' என்று
ஏளனம் பேசியவர்கள் எல்லாம்
இருந்த இடம்
தடம் தெரியாமல் போய்விட்டார்கள்.

கவி வாணன் பாரதியோ
இன்றும் வாழ்கிறான்.
இன்னும் வாழ்வான்
எத்தனையோ நூற்றாண்டுகள்?

O

மலட்டு மௌனங்கள்

இனியவளே!
இப்படி
எத்தனை நாட்கள்
உன் விழியம்புகள்
என்
இதயத்தை குத்திக்குத்தி
விளையாடிக் கொண்டிருக்கும்?

உன்
ஒவ்வொரு பார்வையிலும்
என் உயிர்
மரணத்தை அல்லவா
ஒத்திகை பார்க்கிறது!

உன்
பார்வைகளை
கோர்வையாக்கித்தான்
என்
சிந்தைக்கு நான்
சிறகு தைத்துக்கொண்டேன்

உன்
நெஞ்சத்தில்
சஞ்சரிக்க
சம்மதம் கேட்கிறேன்.

நீ
சரி சொல்லமாட்டாயா?

'மௌனம்' சம்மதம் என்றால்
உன்
மலட்டு மௌனங்களை
நான்
சம்மதம் என்று
எப்படி ஏற்றுக்கொள்ள முடியும்?

நம்
பாதங்களைத் தாங்கும்
பாதைகள் கூட
என் பரிசுத்த அன்பை
பரிகசிக்கும் வண்ணம்
நீ
வெறும்
பார்வைகளை மட்டுமே
பரிமாறிக்கொண்டிருந்தால் போதுமா?

நான்
உன்னை நேசிக்கும் அளவிற்கு
நீ
மௌனத்தை நேசிப்பதேன்?

'மௌனம்'
வாய் மொழியற்றவர்களின்
தாய்மொழி.
உனக்குமா?

உன்
நெடிய மௌனம்
என்னை
நெக்குருகச் செய்கிறது.

என் கண்கள்
உன்னைக் கண்ட குற்றத்திற்காக
உன் கண்கள்
என்னை
கனவுச் சிறைக்குள்
கைதியாய் தள்ளியது.

கடுமையான
தண்டனை பெண்ணே!

உன்
மௌன சாம்ராஜ்யத்தில்
ஒரே ஒரு
புன்னகையைக் கூட
உன் உதடுகள்
உதிர்ப்பதற்கு
உரிமை கிடையாதா?
காலம்
பொன்னிலும் மேலானது.
காத்திருப்பில் அது
கரைந்து கொண்டிருக்கிறது.

உன் திசை எதுவென்று
தீர்க்கமாய்ச் சொல்!
உன் முடிவு என்னவென்று
தீர்மானமாய்ச் சொல்!

○

ஏக்கங்கள்

தடாகத்தில் மிதக்கும்
தாமரைப் பூவில் வந்து
உட்கார்ந்து — உட்கார்ந்து
தேனை உறிஞ்சி உறிஞ்சிப் போகும்
தேனீயைப் பார்த்து
வியந்தது தவளை.

தண்ணீரிலும்
கரையிலும் வாழும்
தவளையை பார்த்து
வியந்து
ஏக்கம் கொண்டது மீன்கொத்தி

நடுக்குளத்துக்குள்
அந்தரத்தில் பறந்தவாறு
அலுங்காமல் குலுங்காமல் நின்று
மீனைக் குறி பார்க்கும்
மீன் கொத்தியைப் பார்த்து
பொறாமித்தது
கரையோரத்துக் கொக்கு.

O

பாவங்கள்

ஆளரவமற்ற குளக்கரை
உட்கார்ந்திருக்கும்
கேள்விக்குறி என
முக்காடிட்டபடி தூண்டில்காரன்.

வந்து அரைப் பொழுதாகிவிட்டது.
இதுவரை
அவனது வீச்சுக்கள் எல்லாம்
வெற்று வீச்சுக்கள்.

புழு கோர்த்த முள்ளை
ஒரே விழுங்காக விழுங்காமல்
இரையை விழுங்குவதாய்
முள்ளையும் விழுங்கி மாட்டிக் கொள்ளாமல்
தந்திரமீன்கள்
முள்ளைத் தவிர்த்து
புழுவை மட்டும் தின்று தின்று...
நீண்ட நேர போராட்டம்
தடவைக்குத் தடவை ஏமாற்றம்.

பாவம் தூண்டில்காரன்!

பொரித்தெடுக்கும்
பொல்லாத வெயிலும்
பசியும் தாகமும்
அவனை எழுப்பிவிட
எரிச்சலோடு
இறுதியாய்த் தூண்டில் வீசினான்.
ஏமாற்றத் தெரியாத பெரிய மீனொன்று

தூண்டிலில் சிக்கியது
'வெடுக்'கென்று சுண்டி இழுத்தான்.
மீனின் பாரம் தாங்காமல்
நரம்பறுந்து
விழுங்கிய முள்ளோடு
தப்பித்தது மீன்.

பாவம் தூண்டில்காரன்
பாவம்தான் முள்ளை விழுங்கிய மீனும்.

O

பாதப்பல்லக்கு

செருப்புகள் பேசினால்
இப்படித்தான் பேசும்.

செருப்புகள் நாங்கள்..
இணைந்த ஜோடி
எப்போதும்
இணைபிரியாத ஜோடி!

ஒருதர ஜோடி என்றால்
உலகிலேயே
நூற்றுக்கு நூறுசதம்
அது நாங்கள்தான்
எங்களுக்கு மிஞ்சிய ஜோடி
இல்லவேயில்லை.!

செருப்பு ஜோடிதான்
சிறந்தஜோடி என்று
ஜெகமே கூறும்!

ஒரே நிறம்
ஒரே அளவு
ஒரே கனம்
ஒரே எடை
ஒரே மாதிரி என்றால்
அது நாங்கள் தான்!

நாங்களும்
நாய்களைப் போலவே
விசுவாசமானவர்கள்!
காலடியிலேயே
காத்துக் கிடப்போம்!

சமயங்களில்
எங்கள் எஜமான்கள்தான்
எங்களை
மறந்து விட்டுவிடுவார்கள்

கல்லிலும் முள்ளிலும்
காலடியில் கிடந்து
மனிதர்களை
காவல்காக்கும்
நாங்கள்
பாதுகாவலர்கள் போன்ற
பாதக்காவலர்கள்.!

காடுமேடுகளிலும்
வீதிவெளிகளிலும்
மனிதர்களை
தூக்கு தூக்கென்று
தூக்கித் திரியும்
தூக்குத் தூக்கிகள் நாங்கள்

எங்களை
வாங்கிய எஜமான்களுக்கு
வஞ்சகமில்லாமல்
தேய்ந்து — மெலிந்து
அறுபடும் வரையிலும்
ஆகாதவரையிலும்
அயராதுழைப்போம்!

மனிதர்கள்
சந்தர்ப்பவாதிகள்..
எங்களை
சமயங்களில்
கழட்டிவிட்டு விடுகிறார்கள்.

வாசல்வரை தான்
எங்கள் சேவை
மனிதருக்குத் தேவை
அதற்கு மேல் நாங்கள்
அனுமதிக்கப் படுவதில்லை.
அதுதான் பெருத்த அவமானம்!
அதனால்தான்

நாங்களும் சமயங்களில்
வார் அறுந்து
பதிலுக்குப்பதில்
பழிவாங்கிவிடுகிறோம்.

வைபவங்கள்..
கோவில்கள் — என்று
மக்கள் கூடுகின்ற
கூட்டங்களில் எல்லாம்
எங்களை
கொள்ளையடிப்பதற்கென்றே
ஒரு கூட்டம் இருக்கிறது,
அதுதான் வெட்கம்!

எங்களுக்கு ஒருவருத்தம்.
மனிதர்கள்
ஒருவரை ஒருவர்
அவமானப்படுத்த
எங்கள் பெயரையும்
எங்களையும் பிரயோகிப்பது
மிக மிகத் தப்பு!

எங்களுக்கு
செருப்பு — மிதியடி
பாதக்குறடு — என
பெயர்கள் பல உண்டு!
அவையெல்லாம்
பொருந்தாப் பெயர்கள்
எங்களுக்கு
'பாதப்பல்லக்கு' என்னும் பெயரே
அருமையான பொருத்தம்
அப்படியே அழையுங்கள்!

○

மறக்கவா சொல்கிறாய்?

மறக்கவா சொல்கிறாய்?
மறப்பதென்பது
என்னால் முடியாது
உன்னால் வேண்டுமானால் முடியலாம்.

என்னையே
நான்
மறக்கும் போழ்தினில்
உன்னையும் மறக்க முடியும்!

அழித்து அழித்து எழுதுவதற்கு
மனசு பலகையும்
நினைவுகள்
பலப்பக் கிறுக்கலும் அல்லவே!

மறக்கும் விதமாய்
நானுன்னை நேசிக்கவில்லை.
நீ
மறப்பதற்கென்றே நேசித்திருப்பது
இப்போது தான் புரிகிறது.

இதயப் பிரதேசமெங்கும்
பொங்கிப் பிரவகிக்கும்

நினைவு நதிகள்
வற்றி வறண்டு போகும் வரை
மறத்தல் என்பது
சத்தியமாய்
சாத்தியப் படாது.
காலம்
கோடு கிழித்துக்
கூட்டிப் போகும் போது
நமது முடிவுகள்
எப்படி வேண்டுமானாலும் இருக்கலாம்.

ஆனாலும்
மனசு முழுவதும் வலிக்கிறது.

O

வீரனின் காதலி

அன்பான காதலனே!
எப்படி இருக்கிறீர்கள்?

எல்லையிலிருந்து
நித்தமும் வருகின்ற
யுத்தச் செய்திகள்
நெஞ்சைக் கலக்குகின்றன
உயிரை உலுக்குகின்றன

ஆனாலும் எனக்கு
இறைவன் மீதும்
உங்கள் மீதும்
அதிகமான நம்பிக்கை!

எதிரிகளை வீழ்த்துவதில்
நீங்கள் வல்லவர்
இறைவன் என்பவர்
என்னளவில் நல்லவர்
எனவே
உங்கள் ஜெயம்
நிஜம் நிச்சியம்.

உங்களின்
நலத்திற்கும்
பலத்திற்கும்
தேசத்தாய்
திருவருள் புரிவாள்!

நீங்கள்
தேசக்காவலன் என்பதால் தான்
நான் உங்களை

என்
நேசக்காதலனாய்
ஏற்றுக்கொண்டேன்.

நீங்கள்
அன்னை பாரதத்தை
கண்ணை இமைகாப்பது போல
காக்கின்ற காரணத்தால் தான்
உங்களிடம்
என்னை
ஒப்புக்கொடுத்தேன் நான்.

நானொரு
தீவிரமான
தேசபக்தை என்பது
உங்களுக்கும் தெரியும் தானே..?

'உனக்கு
நாடு முக்கியமா..?
காதல் முக்கியமா?' என்ற
நிர்ப்பந்தம் ஒன்று வந்து
என்னை நெருக்குமானால்
யோசிக்க மாட்டேன்
காதலைத் துறப்பேன்?

அது போலவே நீங்களும்
அப்படியொரு நிலை வந்தால்
என்னை
நேசிக்க மாட்டீர்கள்
காதலைத் துறந்து விடுவீர்கள்!

எனக்கும்
எல்லைக்கு வந்து
ஊடுருவும் எதிரிகளை
சுட்டு வீழ்த்த ஆசை தான்
இயலவில்லையே..!

எனக்கொரு
இன்னொரு ஆசை
எப்போதும் உண்டு

நீங்கள் நானாகவும்
நான் நீங்களாகவும்
பிறந்தோமில்லையே என்று

தேசத்தாய்க்கு
வீர சேவை புரியும்
இத்தகைய வேளைகளில்,
அந்த ஆசை வந்து
என்னை
அவஸ்தை புரிகிறது.
அடுத்த பிறவியிலாவது
அப்படிப் பிறப்போம்..!

கண்ணான காதலனே !
காதல் உணர்வுகளை
சற்றே மறந்து விட்டு
எல்லையில்
எதிரிகளை
விரட்டியும் — வீழ்த்தியும்
தாயகம் காப்பாற்றுங்கள்.
தொல்லை செய்வதையே
தொழிலாய் வைத்திருக்கும்
அந்த
துச்சாதனர்களை
தூரத்துரத்துங்கள்

சிங்கத்தின் பலம்
என்னென்பதை
அந்த
சிறு நரிக்கூட்டத்திற்கு
புரிய வையுங்கள்.

முதலில்
எல்லையைமீட்டு
பாரத அன்னைக்கு
வெற்றித்திலகமிடுங்கள்

பிறகு வந்து
என்னை மீட்டு
எனக்கு நெற்றித் திலகமிடுங்கள்.

O

வைகறை வம்சம்

'வைகறையில் துயில் எழு' என்பார்கள்.
ஆனால்
வைகறையையே துயிலெழுப்பும்
வரம் வாங்கி வந்த வம்சம்
எங்கள் வம்சம்.

காலை
கண்விழிப்பது
எங்கள்
கனிவான முகத்தில்தான்.

கதிரவனின் முதற்கதிர்
பூமியை முத்தமிடு முன்னே
எங்கள்
முத்து வியர்வையின்
முதற் துளி
பூமியை முத்தமிட்டு விடும்.

சிவப்புச் சூரியன்
சிந்துகின்ற
செங்குழம்பு தான்
எங்களுக்கு
கருப்பு வண்ணத்தைக்
கணிசமாய்ப் பூசியது.
அதனால் தான்
உழவுத் தொழில் புரிவோர்
உங்கள் கண்களுக்கு
கருப்பர்களாய்
காணத் தெரிகிறோம்!

நாங்கள்
உறக்கக் கனவுகளில் கூட
ஓய்வின்றி உழைப்பவர்கள்.!

விழலில் கூட
விளைச்சல் காணும்
வல்லமை கொண்டவர்கள்

எருதுகள்...
மண்ணை
பொன்னாக்கப் பாடுபடும்
பாட்டாளிகளான
எங்களின் கூட்டாளிகள்.!

ஏர்க்கலப்பை...
உலக ஆயுதங்களையெல்லாம்
முனை மழுங்கச் செய்துவிடும்
எங்களின்
உழவாயுதம்... உயிராயுதம்!

என்னதான்
நாங்கள்
மண்ணின் மைந்தர்கள் என்றாலும்
மண்ணுக்கு நாங்கள்
அன்னைகளே!

நெற்றி வியர்வையே
நாங்கள் நிலமகளுக்கு
நித்தம் பூட்டி மகிழும்
ரத்தின மாலை.

வானம் பார்த்து... வானம் பார்த்து
மண்ணில் தெறிக்கும்
கண்ணீர் பரல்களே
அவளுக்கு
நாங்கள் படைக்கும்
காணிக்கைப் படையல்..!

பூமி மகளுக்குப்
புதுப்புது ஆடைகளை
புனைவதிலேயே
பொழுதைக் கழித்துப்
பூரித்துப் போகும்
எங்களின்
அரையை ஆண்டுகொண்டிருப்பதோ
அழுக்குக் கோவணம்தான்!

ஆனாலும்
நாங்கள் எல்லாம் ராஜாக்கள்
ஆமாம்... கிராமத்து ராஜாக்கள்!

எங்கள் எல்லோரின் தலையிலும்
மணிமுடியாய்த் 'தலைப்பாகை.'
கைகளில் தர்பாரின் செங்கோலாய்
'தார்க்குச்சி.'
ஆகவே
எங்களது ராஜாங்கத்தில்
நாங்கள் எல்லோருமே ராஜாக்கள்.!

எங்களில் சிலருக்கு
கையெழுத்து போடத் தெரியாது.
அதிலும் சிலருக்கு
கைநாட்டு போடவும் முடியாது.
ஏனென்றால்,
கலப்பை — மண்வெட்டி
கடப்பாரை — வெட்டரிவாள் என்று
ஆயுதங்களைப் பிடித்துப் பிடித்து
கைகளிலுள்ள
ஆயுள் ரேகை —
புத்தி ரேகையை மட்டுமல்ல
பெருவிரல் ரேகையைக்கூட
பேரழிவு அழித்துக் கொண்டதுதான் காரணம்.

கை எழுத்துக்கும் வக்கில்லை
கை நாட்டுக்கும் வாய்ப்பில்லை
எங்கள்

தலை எழுத்து அப்படி!
இருந்தாலும்
நாங்கள்
புரியும் தொழில்
ஊருக்குச் சோறிடும்
உழவுத் தொழில்
உயர்வுத் தொழில்!
அந்த வகையில் நாங்கள்
அருமைக்குரியவர்கள்
பெருமைக்குரியவர்கள்.!

ஊருகுகுச் சோறிட்டாலும்
நாங்கள்
அள்ளிச் சாப்பிடுவது
அற்ப சொற்பம் தான்
அலசிக் குடிப்பதே
அதிக நாட்கள்!
கஞ்சியே குடிப்பதாலும்
கந்தலை உடுப்பதாலும்
நாங்கள்
முழுக்க முழுக்க
ஏழைகளில்லை.
நாங்களும்
ஒரு வகையில்
எஜமான்கள் தான்..!

எஜமான்கள் வரிசையில்
எங்களுக்கு இடமில்லை யென்று
எவரும் சொல்லிவிட முடியாது..!

'பசி'ப் போராட்டம் நடத்தும்
எங்கள்
வயிறுகளின்
'இரைச்சல்' கோரிக்கைகளை
ஈவிரக்கம் இன்றி
நிராகரித்துவிட்டு
ஈரத்துணி கொண்டு
பசிப்போரை

அடக்கி ஆளும்
நாங்களும்
நிஜமாகவே எஜமான்கள்தானே..?

'இந்தியாவின்
இதயமே
கிராமங்கள் தான்' என்றார்
தேசத்தந்தை மகாத்மா'

அப்படியானால்,
அந்த இதயத்தை
இயக்குகின்ற
இரத்தமயமான சிவப்பு அணுக்கள்
நாங்களாவோம்..!

நாங்கள் இல்லாமல்
கிராமங்கள் இல்லை
கிராமங்கள் இல்லலாமல்
இந்தியா இல்லை.

வண்ண மழையே
வா... வா..!

அடங்காக் கோபம் கொண்ட
ஆதவ ராஜனின்
மட்டுப் படுத்த முடியாத
ருத்ரதாண்டவம்.

வான வீதியில்
வேடிக்கைக் காட்டும்
வெள்ளை மேகங்கள்

கருக்க மறுக்கும்
வானின்
வறண்ட பார்வையில்
அம்மணமாய்
பாதம் சுடும்
அனற் பூமி.

காற்றுக்குச் சிறை
புழுக்கத்தின்
இறுகணைப்பில்
மூச்சழுத்தம்.
வியர்வை வெள்ளம்
தணியாத தாகம்

வீதியெங்கும்
காலிக் குடங்கள்
குழாயடியில்
நித்தமும் நிகழும்
பட்டமளிப்பு விழா !

ஆறு — குளங்களுக்குக் காய்ச்சல்
கழனி எங்கும்
ரேகைக் கோலம்..

அற்ற குளத்து
அறுநீர்ப்பறவைகளின்
நீண்ட தூரச் சிறகடிப்பு..

நாக்குத் தொங்கலிட
தாகங் கொண்டலையும் தெரு நாய்கள்
தவித்தலையும் கால்நடைகள்.

வாசல் முற்றத்தில்
சிறகு விரித்து
வான்பார்த்துத்
தவங்கிடக்கும் பெட்டைக் கோழிகள்..

தயாள சிந்தனையொளர்கள்
ஊர் ஊராய் வைத்திருக்கும்
தண்ணீர் பந்தல்கள்..

மின்தட்டுப்பாடு,
விசாரித்து விசாரித்து வாங்கிய
கை விசிறிகளின் விசிறல்கள்..

புழுக்கம் தாளாமல்
பெருசுகளின்
'உஸ்... உஸ்...' சத்தம்..

சின்னஞ் சிறிசுகளின்
நீளமான
அழுகை ஆலாபனை..

அப்பப்பா!
கொடுங்கோடையே
போதும் நீ... போ.... போ!
வான் கொடையே
வண்ண மழையே வா... வா..!

௦

அரசியல்

'அரசியல்
அயோக்கியர்களின்
கடைசிப்புகலிடம்' — என்றார்
அறிஞர் பெர்னார்ட்ஷா.

சொன்னவர் மேதை தான்..!
ஆனாலும் அவர்
சொன்னதை ஏற்றுக் கொள்வதெப்படி..?

அரசியல்...
மக்கள் பணி
மகத்தான பணி
அது பொதுப்பணி
புனிதப்பணி..!

நீதி — நேர்மை
ஒழுக்கம் — உண்மை
நம்பிக்கை — நாணயம்
சுத்தம் — சுயமரியாதை
அனைத்தும் உள்ளவர்கள் தான்
அரசியல் சதுரங்கத்தில்
ஆடிவெற்றி பெறமுடியும்..!

அரசியல் களத்தில்
அநாகரீகமானவர்களுக்கு
நிரந்தர இடம் கிடையாது
நீடித்து இருக்க முடியாது!

பயிர்களுக்கிடையே
களைகளைப் போல
அரசியலில்
ஆகாதவர்கள்
இருந்தார்கள்
அந்தக்காலம்.

களைகளுக்கிடையே
பயிர்களைப் போல
அரசியலில் சில
அருந்தலைவர்கள் இருக்கிறார்கள்
இந்தக்காலம்.

நல்லவர் — கெட்டவர்
எண்ணிக்கையில் தான்
ஏற்றத்தாழ்வு..!

ஒரேயடியாக
அரசியல்
அசுத்தமாகிவிடவில்லை.

'அரசியல் ஒரு சாக்கடை' என்பார்கள்
இதனையும் எம்மால்
எப்படி ஏற்றுக் கொள்ள முடியும்..?

இந்தியத் திருநாட்டில்
இதய சுத்தமுள்ள
தன்னலமற்ற
தியாகத்தலைவர்கள்
எத்தனை பேர்கள் இருந்திருக்கிறார்கள்..?

உடல் — பொருள் — ஆவி
அனைத்தையும்
பிறந்த பொன்னாட்டுக்கே
அர்ப்பணித்து
அரசியலுக்கு இலக்கணம் வகுத்த
அருந்தவத்தலைவர்கள்
எத்தனை பேர் வாழ்ந்திருக்கிறார்கள்..?

பக்தியுடன் அன்னவர்கள்
பணியாற்றிய அரசியலை

'சாக்கடை' என்று சொன்னால்
சரிப்படுமா..?
சாக்கடையல்ல அது
'சந்தனத்தோட்டம்'.

'நமக்கு தேவையில்லை அரசியல்' — என்று
நல்லவர்கள் எல்லாம்
உள்ளே வராமல்
ஓடி ஒளிந்து கொள்கிறார்கள்
கள்வர்களைப் போல..!

'நமக்கு தேவை இருக்கிறது அரசியல்' — என்று
கள்வர்கள் எல்லாம்
உள்ளேவந்து
ஓடி ஒளிந்து கொள்கிறார்கள்
நல்லவர்களைப் போல..!

அரசியலுக்கு
நல்லவர்கள் வரவேண்டும்
நல்லவர் அல்லாதவரை
அரசியலைவிட்டு
அப்புறப்படுத்த வேண்டும்..!
அப்போது தான் அரசியல்
சுத்தப்படும் சுகப்படும்..!
அரசியல்
சந்தனத் தோட்டம் ஆகும்.

O

அண்ணா

காஞ்சித் தலைவனே!
வயது பேதமில்லாமல்
வரைமுறையும் இல்லாமல்
எல்லோரையும் தம்பியாக்கிக் கொண்ட
இனிய அண்ணனே...
எங்கள் அண்ணாவே!
உன்னை
வாஞ்சையோடு வணங்குகிறோம்.

ஈரோட்டுப் பெரியாரின்
எழுச்சிக் கொள்கைகளை
எங்கள் இதயமெங்கும்
வேரோட விட்டவன் நீ
விஞ்சு புகழ் பெற்றவன் நீ.

உன்
பிறப்பின்
சிறப்புத் தான்
காஞ்சியை
காசினிக்கு அறிமுகப் படுத்தியது.

நீ மட்டும்
பிறந்திரா விட்டால்
தமிழை நாங்கள்
தலை முழுகி இருப்போம்.

அன்னையின்
கர்ப்பக்கிரகத்திலிருந்து
நீ

தலைகீழாய்
இந்தத் தமிழ் மண்ணில் விழுந்து
முதன் முதலாய்
அழுத அழுகைச் சத்தத்தில்தான்
மூர்ச்சையாகிக் கிடந்த
முத்தமிழுக்கு மூச்சுவந்தது.

உன்னால்
தங்கத் தமிழ் மட்டுமா
தலை நிமிர்ந்தாள்?

தாழ்ந்து கிடந்த
தமிழகமும் தானே!
நீ
தமிழையும் மீட்டாய்
தமிழரையும் மீட்டாய்.

நீ
அன்னைத் தமிழை
அழியாமல் காத்தவன்
அவளுக்கு நூறு
அணியாரம் சேர்த்தவன்.

நீ எழுதிய
கட்டுரைகள்
கவிதைகள்
கதைகள்
நாடகங்கள்
நாவல்கள் — திரைக்கதைகள்
தமிழகத்தில்
எழுத்துப் புரட்சியைப்
ஏற்படுத்தியவை.

உன் பேனா வரைந்த
கருத்தோவியங்கள்
காலா காலத்திற்கும்
நிலைத்து நிற்கும்
கன்னித்தமிழ் காவியங்கள்..!

உன் மேடைப் பேச்சு
நாட்டையே கேட்க வைத்த
நற்றமிழ்ப் பேச்சு
எதிரணியினரைக் கூட
இருந்து கேட்க வைக்கும்
இனிய பேச்சு
எழுச்சிப் பேச்சு!

உன்
நாவில் நின்று
நர்த்தனம் புரியும்போது
நற்றமிழ் நாயகிக்குத் தான்
எத்தனைக் கொண்டாட்டம்?

உன்
வாயில் புகுந்து
எச்சில் குளிக்கும்போது
எதுகை மோனைகளுக்குத்தான்
எத்தனை குதூகலம்?

நீ
தாய்த்தமிழுக்குத்
தலைமுடி சூட்டியவன்
தமிழின் அருமையை
தற்குறிக்கும் ஊட்டியவன்.

இலக்கியத்தில்
நீ
சிந்து பாடும் சிற்றாறு
அரசியலில்
சீறிப்பாயும் காட்டாறு.

தென்றலும் புயலும்
உன்
தீந்தமிழ் பேச்சுக்குள் அடக்கம்.
நீ அடக்கத்தில் ஆமை
ஆர்த்தெழுந்தால் அரிமா!

நீ
இலக்கிய மேடைகளில்
மனங்களை வருடுகின்ற
மெல்லியப் பூங்காற்று.
அரசியல் மேடைகளில்
அதிரவைக்கும்
ஆரவாரச் சூறாவளி!

அழிந்து போன கொள்கைகளுக்காக
ஆராய்ச்சி மணி அடித்தவனும் நீ தான்!
சமூகத்தை கருவறுத்துக் கொண்டிருந்த
சனாதனக் கொடுமைகளுக்கு
சாவுமணி அடித்தவனும் நீ தான்!

எங்கள்
மூளை மடிப்புகளுக்குள்
முடங்கிக் கிடந்த பகுத்தறிவை
உன்
சுந்தரத் தமிழல்லவா
சுண்டி எழுப்பியது?

நீ
சுயமரியாதையின்
சூத்திரத்தைச் சொல்லிக் கொடுத்தாய்!
எங்களவர் நெஞ்சங்களில்
மண்டிக் கிடந்த
மடமை இருளை கிள்ளி எடுத்தாய்!

எங்கோ இருந்த
எங்களை யெல்லாம்
எங்களிடமே மீட்டுத் தந்துவிட்டு
எங்கே சென்றாய்
எங்கள் அண்ணாவே?

இன்னும் கொஞ்ச காலம்
எங்களோடு நீ இருந்திருக்கலாம்.
எங்களுக்குக் கொடுப்பினை இல்லை.

எங்களைப் பிடித்து
பந்தியில் இருத்தி

பரிமாறிவிட்டு
நாங்கள்
உண்ணும் அழகைக் காணாமல்
நீ
உறங்கப் போய் விட்டாயே?

எங்களையும்
உன்னையும்
காலம் பிரித்துவிட்டாலும்
காலத்தால் அழியாத
கொள்கைகளை
எங்களுக்கு
விட்டுச் சென்றிருக்கிறாய்.

'ஒன்றே குலம் ஒருவனே தேவன்'
'கடமை — கண்ணியம் — கட்டுப்பாடு'
'வசவாளர்கள் வாழ்க'
'மாற்றான் தோட்டத்து
மல்லிகைக்கும் நல்ல மணமுண்டு'
'மறப்போம் மன்னிப்போம்'
'எங்கிருந்தாலும் வாழ்க' — இதுபோன்ற

உன்
செழுமிய செந்நா உதிர்த்த
தத்துவச் சொற்றொடர்களை
நாங்கள்
எங்கள்
இதயங்களில்
பதியமிட்டு வைத்திருக்கிறோம்.
மறக்க முடியுமா உன்னை?

தமிழ் வாழும் மட்டும்
தன்னேரில்லாத தலைவனே!
உன் புகழும்
இந்த மண்ணில் வாழ்வாங்கு வாழும்.

O

வர்ணங்கள்

போனது வந்துவிடுமோ என்று
எனக்கு
அச்சமாய் இருக்கிறது.

தூரிகைகள் தீட்டுகின்ற
ஓவியங்களில் இருக்கட்டும்.

வானம் வரைகின்ற
வானவில்லில் இருக்கட்டும்.

பட்டொளி வீசிப் பறக்கின்ற
அனைத்துக் கொடிகளிலும்
அப்படியே இருக்கட்டும்.

தேசமாந்தருக்குள் மட்டும்
வந்துவிடக் கூடாது
தொலைந்து போன
அந்த வர்ணங்கள்.

O

காமராஜர்

அரசியல் வானத்தில்
அரை நூற்றாண்டுகாலமாய்
ஒளி வீசி
உலவி வந்த
களங்கம் இல்லாத
கருப்பு நிலாவே!

தென்னகத்தில் தோன்றி
தேசம் முழுவதையும்
தன்னகத்தே
கவர்ந்து வைத்திருந்த
தங்கத் தலைவனே!

தன்னலமில்லாத
தமிழ்நாட்டுக் காந்தியே!

விருதையில் தோன்றிய
வெள்ளை மனத் திருமகனே!

சிவகாமிச் செல்வனே!
கர்ம வீரனே!
காமராஜரே!

உன்னை மறக்குமோ
தமிழர் நெஞ்சம்?
அன்றாடம்
நினைத்துக் கொண்டே இருக்கிறோம்
அண்ணலே!

நீ
ஆயிரத்தில் ஒருவன்
இலட்சத்தில் ஒருவன் அல்ல
கோடிகளில் ஒருவன்!

நீ
காணக்கிடைக்காத
கருப்புத் தங்கம்
நாங்கள்
கண்டு தரிசித்த
கருணைச் சுரங்கம்

நீ
படித்த மேதைகளுக்கெல்லாம்
பாடம் சொல்லிக் கொடுத்த
படிக்காத மேதை!

நீ
நா—நயம் இல்லாதவனாக
இருந்திருக்கலாம்.
ஆனால் உன்னிடம்
நாணயம் இருந்ததை
நாடே அறியும்!

நீ
நாடாண்ட காலம்
நற்காலம்.
பொய்யில்லை அதுதான்
பொற்காலம்.

நீ
விதைத்த விதைகள்தான்
விருட்சமாகி
எங்களுக்கெல்லாம்
நிழல் கொடுக்கிறது.

நீ
ஏற்றி வைத்த தீபம்தான்

இருள்விலக்கி
எங்களுக்கெல்லாம்
ஒளி கொடுக்கிறது.
விழி மூடிக்கிடந்த
எங்களை விழிக்க
வைத்தவன் நீ.

நிலம் பார்த்து நடந்த
எங்களை நிமிர வைத்தவன் நீ.

நீ தான்
எங்களுக்கு
அற்றை நாளில்
கல்விக் கண்ணைத் திறந்தாய்!

நீ
தான் உழைக்கவும்
உழைத்தே பிழைக்கவும்
எங்களுக்கு வழிகாட்டினாய்.
வாழ்வில்
எழில் கூட்டினாய்!

நீ
தலைவர்கள் பலரை
தலைநிமிர வைத்த
தலைவனுக்கெல்லாம் தலைவன்.

நீ தான்
அநேகருக்கு
முகத்தையும் கொடுத்தாய்
முகவரியையும் கொடுத்தாய்.

நீ
ராஜாக்களை உருவாக்கிய
ராஜராஜன்.

அலசி — அலசிப் பார்த்தாலும்
அவனி எங்குமே கிடைக்காத
அருந்தலைவன் நீ...

வாய்மை
நேர்மை
தூய்மை
மூன்றிற்கும் நீ தான்
மொத்த உருவம்
அடக்கம்
ஆளுமை
இரண்டுக்கும் நீ தான்
எடுத்துக்காட்டு.
இன்னொருவர் இல்லை
எடுத்துக் காட்ட!

நீ
சுயநலம் மறந்தவன்
சுகங்களைத் துறந்தவன்.

தலைவனுக்கு நீ தான்
இலக்கணம்.
உன்னிடம்
எப்போதும் இருந்ததில்லை
தலைக்கனம்.

நீ
எளியவருக்கெல்லாம் எளியவன்
ஏந்தலுக்கெல்லாம் ஏந்தல்.

பள்ளிகளில்
பசிக்கும் குழந்தைகள்
புசிப்பதற்கு
மதிய உணவுத் திட்டத்தை
பதியமிட்டவன் நீ!

அன்னவயல்களுக்கு
அன்னையாய் பாலூட்ட
அணைக் கட்டுக்கள் கட்டி
அமைத்தளித்தவன் நீ!

ஆளும் வரையிலும் சரி
புவியில்
வாழும் வரையிலும் சரி
நீ ஏழையரை நேசித்தவன்.
ஏழையருக்காய் யோசித்தவன்.

காருண்யச் சிற்பியே காமராஜரே!
தேசம்.
எத்தனையோ தலைவர்களை
இங்கு பார்த்திருக்கலாம்
உன் போல
ஒரு தேசத் தலைவனை
இனி எங்கே பார்க்கப் போகிறது?

O

உடன்பிறப்பு

ஊமை தான் எனினும்
உடன் பிறப்பு!
நாங்கள் இரட்டைப் பிறவிகள்.

உடலம்
சடலமாகுமட்டும்
எம்முடன்
நடந்து — ஓடி
ஆடிப்பாடி
விட்டு விலகாமல்
ஒட்டி உறவாடும்
ஜென்மபந்தம் அவன்.

அவனையும் என்னையும்
இறைவனாலும் பிரிக்க முடியாது.

ஆனால்
என்னவோ தெரியவில்லை.
இருட்டென்றால்
அவனுக்குக் கொள்ளைப் பயம்.

என்னதான்
கூப்பிட்டுக் கெஞ்சினாலும்
இருட்டுக்குள் மட்டும்
வரவே மாட்டான்
என்னை
தனியாக விட்டு விடுவான்.

நிழல் தம்பி
ஒரு பயந்தான் கொள்ளி.

O

கன்னிக் கண்ணகிகள்

சந்திரன் — சூரியன்
வருகையால் மலர
அல்லியோ — தாமரையோ
அல்ல இவர்கள்.!

பருவக்காற்றில்
அரும்பவிழ்ந்த
பாவை மலர்கள்
ஆனால்,
பாவ மலர்கள்.

பூஜைக்கு உதவாதென்று
சில
பொல்லாத வரன்களால்
புறக்கணிக்கப்பட்ட
பன்னீர் புஷ்பங்கள்

இவர்கள்.
புருஷர் சந்தைக்குள்
புகுந்து சென்று
எட்டாத உயரத்தில்
ஏறி நிற்கும் இளவல்களை
ஏலம் கேட்டு
ஏலம் கேட்டு
ஏங்கி
இளைத்துப்போன
இளைய பெண்கள்.
கழுத்துத் தாலிக்கும்
கால்விரல் மெட்டிக்கும்
நித்தமும் தவமிருக்கும்
முத்துக் குமரிகள்
முதிர் கன்னிகள்.!

இவர்கள்
சில்லறை இல்லாததால்
செவ்வாய் தோஷம் பெற்றவர்கள்.
வெள்ளிப் பணம் இல்லாததால்
வியாழன் நோக்கை இழந்தவர்கள்.

காற்சிலம்பைக்
கழற்றி எறிந்து
கணவனுக்காக
நீதி கேட்டாள்
நேற்றைய கண்ணகி!

கணவனே
கிடைக்காததால்
கண்ணையே உடைத்து
கண்ணீர் பரல்களைத் தெறித்து
கடவுளிடம் நியாயம் கேட்டும்
இவர்கள்
இன்றைய
'கன்னிக்கண்ணகிகள்'.

இவர்கள்
காலம் காலமாக
கன்னிமையைச் சுமந்து சுமந்து
கழுத்துவலி கொண்டவர்கள்.
இவர்களின்
கழுத்து வலியைப் போக்கும்
தாலிக் கயிறுகளை நிர்ணயிப்பது
தரகர்களின்
தராசுகளே!

இவர்கள்
கனவுச் சோலைக்குள் கூட
ஒற்றை மானாகவே
உலா வருபவர்கள்.
ஒற்றைக் குயிலாகவே
ஓலம் போடுபவர்கள்
உறவுகளை

                                          கவிதைகள்

ஒப்பனைப்படுத்தி
உள்ளுக்குள்ளேயே
ஒவ்வொரு நாளும்
ஒத்திகை பார்த்துக் கொள்ளும்
இவர்களின்
ஊமை உணர்வுகள்.

மொழிகளை யெல்லாம்
விழுங்கி விடும்
இவர்களின்
மௌன பாஷைகள்.
இவர்கள்,
நாதஸ்வர ஓசையும்
கெட்டிமேளச் சத்தமும்
செவிகளில் கேட்கிற போதெல்லாம்
சிதைந்து போகிறார்கள்.

அடுத்தவரின்
திருமண அழைப்பிதழ்களை
கண்ணுறும் போதெல்லாம்
கசங்கிப் போகிறார்கள்,
இந்த
கன்னித் தேவதைகள்.

சொக்கப் பொன்னும்
ரொக்கப்பணமும் கொடுத்து
தாலிக்கயிறு பெற முடியாத
இந்த
தாவணிக் குமரிகள்
ஆடவர் குலத்தை
ஆயிரம் ஆயிரமாய்
சபிக்கிறார்கள்.

சந்தைகளில்
விலைமாடுகளை பிடிப்பதுபோல
மாப்பிள்ளைகளை பிடிக்க இயலாத
இவர்களின்

பெற்றோர்களும்
பரிதாபத் திற்குரியவர்களே.!

கரை ஏற முடியாத
கன்னிகளில் சிலர்
காதலித்து ஓடுகிறார்கள்.
அல்லது,
ஒரு முழக்கயிற்றிலோ
இரு குவளை மண்ணெண்ணெயிலோ
உயிரை முடித்துக் கொள்கிறார்கள்.

வரதட்சிணை கொடுமை
என்று தான் ஒழியும்?
இந்த
கன்னியர் வாழ்வு
என்று தான் ஒளிரும்?

○

வியர்வைக்கு விலையுண்டு

உழைப்பு...
உழைப்பு தான்
உலகின் உயிர்ப்பு.

மனிதன்
உழைக்க வேண்டும்
உழைத்துத் தான்
பிழைக்க வேண்டும்.

மனிதன்
உழைக்கக் குனியும் போதுதான்
வாழ்க்கை நிமிரத் தொடங்குகிறது.

நெற்றி வியர்வை
நிலத்தில் விழும் போதுதான்
மண்ணும் மகத்துவம் பெறுகிறது
மனிதனும் மகத்துவம் பெறுகிறான்.

உழைப்பு
இரண்டு வகைப்படும்
ஒன்று 'உடலைப் பிழிவது'
இன்னொன்று
'மூளையைப் பிழிவது.'

இரண்டில் ஒன்றை
மனிதன்
பிழிந்துதான் ஆக வேண்டும்
மண்ணில் வியர்வை
வழிந்துதான் ஆக வேண்டும்.
இல்லாதவரை
முன்னேற்றம் என்பது
முயற்கொம்பே!

"அள்ளித்தூவும்
விதைகளைச் சுமந்து போகிறவன்
அழுதுகொண்டே போகிறான்
ஆனால் அவன்
அறுத்த அரிகளைச் சுமந்து கொண்டு
கம்பீரத்தோடே திரும்பி வருகிறான்" — என்று
விவிலியம் விளம்புகிறது.

ஆமாம் நண்பனே !
உழைக்கும்போது
உடல் நோகும்
உள்ளம் நோகும்
உழைப்பின் பலன்
நலன் கொடுக்கும் போது
உடல் வலுக்கும்.. தெம்பிக்கும்
உள்ளம் களிக்கும்.. கம்பீரிக்கும்.

உழைப்பவனுக்கு
இந்த பூமி உருண்டை
ஒரு பூப்பந்து
அவன் உருட்டி விளையாடுவான்.

உழைக்க மறுப்பவனுக்கு
பூப்பந்தே
ஒரு
பூமி உருண்டை
அவன் அஞ்சுவான்... அலறுவான்.!

கண்கள்
உறங்குவதற்கு மட்டும்
தயாரிக்கப்பட்ட
உறுப்பென்று எண்ணுபவர்
உயரம் போவதில்லை.

கையும் — காலும்
உழைப்பதற்கு மட்டுமே
தயாரிக்கப்பட்ட உறுப்பென்று
நம்ப மறுப்பவர்கள்
நலம் பெறுவதில்லை.

நண்பர்களே !
சோம்பலிடமிருந்து
சுதந்திரம் பெறுங்கள்.!
சுறுசுறுப்பிடம்
அடிமை ஆகுங்கள்.!

வியர்வைக்கு விலையுண்டு..!
வியர்வையை
சேமித்து வைப்பவன்
விழுந்து போவான்
வியர்வையைச் செலவழிப்பவன்
வாழ்வாங்கு வாழ்வான்.

உழையுங்கள்...
உதயம் தொட்டு
அஸ்தமனம் வரையிலும்...

அஸ்தமனம் தொடங்கி
உதயம் வரையிலும்
அல்லும் — பகலும்
அலுக்காமல் — சலிக்காமல்
அப்பழுக்கின்றி உழையுங்கள்.!

அப்படி உழைத்தவர்கள் தான்
இன்று உச்சத்திலிருக்கிறார்கள்.

உழைப்பு வீணாகாது
வியர்வைக்கு விலையுண்டு!

உழைப்பவனுக்கு
சரித்திரம் காத்து நிற்கும்
மறுப்பவனுக்கு
தரித்திரம் காத்து நிற்கும்

சலியாத உழைப்பும்
நலியாத நம்பிக்கையும்
நமது
சரித்திரத்தை மாற்றும்
நம்மை
சிகரத்தில் ஏற்றும்.

○

எண்ணங்கள்

எண்ணங்கள்,
உயிர்களுடன்
ஒட்டிப்பிறந்த
உடன்பிறப்பு!

எண்ணங்கள்
உயிர்களை இயக்கும்
உந்துசக்தி!

எண்ணங்கள்
மனத்திரையில் தோன்றும்
ஒருவகை மாயாஜாலம்!

எண்ணங்கள்
மூளை மண்டலத்திலிருந்து
முகிழ்த்து வருவதாய்
விஞ்ஞானம் கூறுகிறது.

உள்ளத்திலிருந்து
உதித்து வருவதாய்
நம்மவர் நம்புகிறோம்.

உள்ளம் என்பதென்ன..?
இதயம் தான் உள்ளம்.
இதயம் என்பதென்ன..?
இதயம் எங்கே இருக்கிறது..?
இருதயம் தான் இதயமா..?

கேள்விகள் உண்டு..!
பதில்களும் உண்டு..!

எண்ணங்களுக்கு
நதிமூலம் — ரிஷிமூலம் பார்த்தால்
மூளைதான் மூலம்.!

எண்ணங்களுக்கு
எல்லை — வரம்பு
எதுவும் கிடையாது

எண்ணங்கள்..
அதுவொரு தான்தோன்றி..!

எப்படித் தோன்றுகிறது
ஏன் தோன்றுகிறது — என்று
யாருக்கும் தெரியாது
ஆனால்
தோன்றிக் கொண்டேயிருக்கும்.

பிரபஞ்சத்தில்
பிருமாண்டத்தை நிகழ்ச்சி
பிரபஞ்சத்தையே அனுதினமும்
ஆட்டிப்படைக்கும்
மனித எண்ணங்கள்
மகத்துவம் மிக்கவை.

மனிதனின்
ஆக்க எண்ணங்களால்
ஜொலித்தும்
அழிவு எண்ணங்களால்
வலித்தும்
பூமி சுற்றிக் கொண்டிருக்கிறது..!

மனிதன்
ஓடிக்கொண்டிருப்பதும்
தினம்தினம்
எதையெதையோ
தேடிக் கொண்டிருப்பதும்
எண்ணங்களின் இயக்கமே..!

எண்ணங்களின்
வலிமையே வாழ்வு
எண்ணங்களின்

மெலிமையே தாழ்வு
எனவேதான்
எண்ணம்போல் வாழ்வு
என்றார்கள்

எண்ணங்களை பிரசவிக்காத
வெறுமை உள்ளம்
எங்கே — யாருக்கு இருக்கிறது?
மனிதன்
உறங்கும் போது கூட
கனவு வடிவில்
எண்ணங்கள்
எறும்புச் சாரையாய்
ஊர்ந்து வருகின்றன.

வெறுமை உள்ளம்
ஞானியர்க்குண்டாம்.!
அதுகூட நம்புவதற்கில்லை.!

இறந்தவன்
பிறக்காதவன்
இருவருக்கு மட்டுமே
எண்ணங்கள் இல்லை

இருப்பவர் அனைவரையும்
இயக்கும் எண்ணங்கள்
ஒரு
மகா மகா சக்தி..!

O

வெடிக்காத வெடிகள்

அன்று தீபாவளி!
வெடி முழக்கங்களுடன்
விடியல்
விடிந்திருந்தது.

வீட்டுக்கு வீடு
தீபாவளி
திக் விஜயம் செய்து கொண்டிருந்தது.

பூனைகள்
பதிவாய்த் தூங்கும்
பஞ்சை பராரிகளின்
வீட்டு அடுப்புகளில்
பாதி அடுப்புகளும்கூட
எண்ணெய்ச்சட்டியை
தலையில் சுமந்து
எரிந்து கொண்டிருக்கும்.
அவர்களின்
வயிறுகளைப் போல
இரைந்து... இரைந்து...!

ஊரெங்கிலுமிருந்து
ஓட்டு மொத்தமாய் கிளம்பி வந்த
பட்சண வாடை
மூக்கைத் தாக்கியது.
நாக்குச் சொட்டியது.

திரும்பும் திசையெல்லாம்
பட்டாசுகள் படபடத்தன.
புத்தாடைகள் பள பளத்தன.

பணக் கத்தைகள்
பட்டாடைகளாகவும்
சில்லரைகள் சீட்டிகளாகவும்
தெருவுக்கு வந்து
திறனாய்வு செய்யப்பட்டன.

கனவான்களின்
கண்களில் தீபாவளி
தீப ஒளியாய்
சுடர்த்தது.

கஷ்டவான்களின்
கண்களில்
தீபாவளி
கடும் கனமாய்
கனத்தது.

சிரிப்பவர்களும்
சிரிப்பை வரவழைத்துக் கொண்டவர்களும்
சேர்ந்து கொண்டாடும்
சிங்காரத் தீபாவளி.

அந்த
வெடி விடியலில்
அழகு தவமிருக்கும்
அலங்கார வீதியொன்றில்
திருஷ்டிப் பொட்டாய்
உட்கார்ந்திருந்தது
ஒரு ஓலைக் குடிசை.

அந்த
குடிசை வீட்டின்
குடும்பத் தலைவன்
ஒரு 'குடி'மகன்
அவனை
கடந்த வருடம்
சாராயமே குடித்து
காவு கொண்டுவிட்டது.

குடும்பத் தலைவி
அவள் ஒரு அப்பாவி.
தனது வயிற்றையும்
தனது ஒரே வாரிசான
செல்வத்தின் வயிற்றையும்
கழுவ வேண்டி
அவள்
நாலு வீட்டுக்கு
பாத்திரம் கழுவும்
பொறுப்பேற்றுக் கொண்டவள்.

இந்நேரம்
அவள்
எந்த வீட்டிலோ
எதற்காகவோ காத்திருப்பாள்.

குடிசை வீட்டுக்குள்
உறங்கிக் கொண்டிருந்த
செல்வத்தை
உரத்த வெடியோசை ஒன்று
உசுப்பி விட்டது.

அவன் ஒரு
வெடிப் பிரியன்.
விட்டிலாயத் துள்ளி எழுந்தான்.
வீதிக்கு ஓடி வந்தான்.

விரிந்த வீதியெங்கும்
பூவிரித்தாற் போல் கிடந்தன.
வெடித்த வெடிகளின்
காகிதச் சிதறல்கள்.
அவனுக்குள்
ஊற்றெடுத்தது உற்சாகம்
மனசுக்கு சிறகு முளைத்தது.
வீதிகளில் பறந்தான்.

வண்ணத்துப் பூச்சிகளாய்
புத்தாடை கட்டி
சிறார்க்கூட்டமொன்று
பட்டாசு கொளுத்திக் கொண்டிருந்தது.
சில் வண்டாய் பறந்து வந்தவன்

சிறார்க் கூட்டத்தைக் கண்டான்
பார்த்ததும் பகீர் என்றது மனம்.

ஊறி வந்த உற்சாகம்
ஒரே நொடியில் வடிந்தது.
சிறகு களன்று
மனசு சுட்டது.

அவர்களையும் தன்னையும்
தன்னையும் அவர்களையும்
மாறி மாறி
ஒப்பிட்டுப் பார்த்தான்.
வருத்தம் வாட்டியது.

அவிழ்ந்து — உருவி
கீழே விழப்போன
தபால் பெட்டி
டிரவுசரை இறுக்கி
அரைக்கயிற்றை மேலிட்டான்.

வெடிக்கும் கூட்டத்தை
வேடிக்கைப் பார்த்தான்
வெடியோசை அவனை
பாடு படுத்தியது.

நேற்று
பொட்டு வெடி கேட்டதற்கு
குட்டு வைத்தாள் அம்மா!
மனசு விசும்பியது.

அவர்களுக்கு மட்டும்
எத்தனை வெடிகள்.
எத்தனை தினுசுகள்
ஏங்கியது மனம்.

ஏக்கத்தோடே
வெடிக்கும் வெடிகளை ரசித்தான்.
வெடிக்காத வெடிகளை பொறுக்கினான்.
'டிரவுசர்' பைக்குள்

ஒவ்வொன்றாய் போட்டான்.
பை நிரம்பியது.
அவன் மனம்
ஆகாயத்திற்கும் பூமிக்குமாய் குதித்தது.

அது
ஆண்டவனுக்கு பொறுக்கவில்லை.
பைக்குள் கிடந்த
வெடிக்காத வெடி ஒன்று
திடீரென்று
தீ கக்கி வெடித்தது.

வீரிட்டு விழுந்தான்.
பெருந்துடை சிதைந்து
ரத்தக் களரியானது
துடித்தான்...!

தெரு வாசிகள்
ஓடி வந்தார்கள்
செல்வத்தை தூக்கிக் கொண்டு
மருத்துவமனைககு ஓடினார்கள்.

தீபாவளி திருப்தி கொண்டது.

O

கொத்தடிமைகள்

சமூகமே!
உனக்கொரு வேண்டுகோள்!
தலையாயக் கடமையொன்று
உனக்காகத்
தவம் கிடக்கிறது.

நீ

வீறுகொண்டு எழுந்துவந்து
அந்த
விடுதலைப் போரை நடத்து.
இப்போதைக்கு அதுதான்
உன் தலையாயக் கடமை.

குழந்தை — குட்டிகளுடன்
கொத்தடிமைகளாய்
நைந்து நொந்து கொண்டிருக்கிறது
ஒரு கூட்டம்.

அவர்களை
மீட்டி
வெளியுலகிற்குக்
கொண்டு வா!

ஆலைகளில் — சூளைகளில் _ குவாரிகளில்
பெரியவர்களும் பிள்ளைகளுமாய்
ரத்தம் சிந்திக் கொண்டிருக்கிறார்கள்.
பிஞ்சுகள் முதுகில்
பொதியேற்றுகிறார்கள்.
தலையில் கல் ஏற்றுகிறார்கள்.
இளமையிலே 'கல்' என்றுதான் சொன்னார்கள்
கல் உடைக்கவா சொன்னார்கள்?

ஐந்திலே வளைய வேண்டும்
உண்மைதான்!
அதனால் அவர்களை
ஆலைகளில் கொண்டா வளைக்க வேண்டும்?

பெரியவர்களே
குருத்துக்களை நசுக்கி
கும்பி நிரப்பாதீர்கள்.

அவர்கள்,
நாளைய பாரதத்தின் நாயகர்கள்.
அவர்களை அழித்து விடாதீர்கள்.

சமூகமே!
மன்றாடிக் கொண்டிருக்கும்
அந்த
மழலைப் பட்டாளத்தை
போரிட்டு விடுதலை செய்து வா!
இல்லையென்றால்
அவர்களின்
கண்ணீர்க்குண்டுகளில் — நாம்
காணாமல் போய்விடுவோம்.

◯

வேண்டாமடி விடுதலைப் போராட்டம்

அடியே!
என்னை
நீ வேண்டுமானால்
வெறுத்து விடலாம்.

நீ
உனக்குள்
அடக்கி
ஒடுக்கி
அடிமைப்படுத்தி வைத்திருக்கும்
இன்னொருத்தியால்
எப்படியடி
என்னை
வெறுத்து விடமுடியும்?

உனக்குள் இருக்கும்
உன்னவள்,
என்னவள்.
நீ
உள்ளொருத்தி
புறமொருத்தி.

அரங்கத்தில் தான்
நீ
உன்னவள்.

அந்தரங்கத்தில்
நீ
என்னவள்.

உன்னால்
அவளை
ஒளித்துத்தான் வைக்க முடியும்
ஒழித்துவிட முடியாது!

என்னதான்
நீ
அவளை
மனச்சிறைக்குள்
மறைத்து வைத்திருந்தாலும்
உன்னை
ஊடுருவி,
என்னை அவள்
அடிக்கடி
எட்டிப் பார்ப்பது
எனக்குத்தான் தெரியும்
உனக்குத் தெரியாது.

உன்
இதழ்களில்
இருந்து கொண்டு
அவள்
ஓசையில்லாமல்
வீசியெறிந்த
புன்னகைப் பூக்களை யெல்லாம்
பொறுக்கி வைத்திருக்கிறேன்.

உன்
கண்களில் இருந்து கொண்டு
அவள்
அர்த்தத்தோடு பேசிய
அன்பு மொழிகளை எல்லாம்
அள்ளி வைத்திருக்கிறேன்.

அவள்
என்
கனவு சாம்ராஜ்யத்தை
ஒரே பார்வையில் பறித்து
கையகப் படுத்திக் கொண்ட

கன்னி தேவதை!
அவள்
இருண்டு கிடந்த
என்
இதய வானில்
ஒரே நாளில்
ஓடி வந்து
ஒட்டிக்கொண்ட
காதல் நிலா!

அவளில்லாமல்
நானில்லை
நானில்லாமல்
அவளில்லை.

எனக்கும் அவளுக்கும்
எப்போதோ முடிந்துவிட்டது
எழுதாத ஒப்பந்தம் ஒன்று.

நீ
அது தெரியாமல்
எங்களை
பிரிக்கப் பார்க்கிறாய்!
எங்கள் உறவை
முறிக்கப் பார்க்கிறாய்!

நீ இன்னும்
எத்தனை காலமடி
அவளை
முக்காடிட்டு
முடக்கி வைத்திருப்பாய்?

அடிமனதின்
அந்தகாரத்துக்குள்ளேயே
அடக்கி வைத்திருப்பாய்?

அடக்கு முறைகளுக்கு
அன்பு அடிபணியாது
அச்சுறுத்தல்களுக்கு

கவிதைகள்

அஞ்சி விடாது காதல்.
நெஞ்சில் விழும் காதல்
பஞ்சில் விழும் தீப்பொறியடி
பற்றினால் போதும்
முற்றிலும் தீச்சோலைதான்!

காட்டுத்தீயைக் கூட
போராடி அணைத்துவிடலாம்
காதல் தீ
அணைக்க முடியாத
அன்புத் தீயடி!

அடியே
வேண்டாமடி
உனக்குள்
ஒரு
விடுதலைப் போராட்டம்.

வரலாற்றைக் கேட்டுப்பார்
விடுதலைப் போர்கள் தோற்றதில்லை.

நீ
அவளை வெல்ல முடியாது
அவள்
வெல்லக்காதலை
கொல்ல முடியாது.

எனவே
அவளை
சிதைக்காமல் — குலைக்காமல்
தேவதையாய் வெளிப்படுத்து.
அவளுக்குள் நீ
ஆர்ப்பாட்டமில்லாமல்
அடங்கிப் போய்விடு!

உன் பிடிவாதம்
இன்னும் தொடரு மானால்
உன் அடக்குமுறை
இன்னும் நீளுமானால்
அந்த
அடிமைப் பெண்ணை

மீட்பதற்காக
நான்
ஆயிரம் பரிவாரங்களோடு வந்து
அடங்காப் போர் தொடுப்பேன்.

உன்னுள் இருக்கும்
என்னவளை
ஊரறிய
மீட்டெடுப்பேன்.

போதுமடி!
உன்
இரட்டை வேடம்.

ஊருக்கும்
உறவுகளுக்கும் அஞ்சி
உள்ளத்தில் தோன்றும் காதலை
உள்ளத்தினுள்ளேயே
சமாதியாக்கிக் கொண்டவர்கள்
ஏராளம்... ஏராளம்...
அவர்களில்
நீயும் ஒருத்தியா?

வேண்டாமடி வேண்டாம்
காதலிப்பது ஒரு குற்றமல்ல
காதல் திருமணங்கள்
ஒன்றும்
தேசத் துரோகமல்ல.

O

ஆறுதல்

இலையுதிர்ந்து
மொட்டையாகி
நாளை
துளிர்க்கப் போகும் மரத்துக்கு
பட்டமரம் ஆறுதல்...

வில்லடியில் காலொடிந்த
சிட்டுக்குருவிக்கு
சிறகு வெட்டப் பட்ட
கூண்டுக்கிளி ஆறுதல்...

பேச முடியும்
ஆனால்
பேசவில்லை
பாஷை
எனக்குத் தெரியாது
எனக்கு யார் ஆறுதல்...?

பேசவே இயலாத
பேதைகள் தான்...!

O

திரும்புமா அந்தக் காலம்?

காலச் சக்கரம்
சுழன்று கொண்டிருப்பது
ஒரு வழிப்பாதையில்
அது திரும்பவே திரும்பாது
எனினும்
ஏங்குகிறது மனம்.
'திரும்புமா அந்தக்காலம்?' என்று

அம்மா,
'மாமன் அடித்தானோ
மல்லிகைப் பூ செண்டாலே' என்று
தாலாட்டு பாடிய போது
தூக்கம் வராமல்
அர்த்தம் தெரியாத
அந்தப் பாடலை நான் கேட்டுக் கொண்டிருந்தது...

தேர்த்திருவிழாவின் போது
அண்ணனுக்கு வாங்கிய
அதே பச்சை ஊதுகுழல் வேண்டுமென்று
அடம் பிடித்த போது
அம்மா கன்னத்தைக் கிள்ள
அப்பா அம்மாவை அதட்டி
கன்னத்தை தடவி
என்னை வாரி அணைத்து
இன்னொரு
பச்சை நிற ஊதுகுழல் வாங்கித்
தந்தது...

கொட்டும் மழையில்
உடனொத்த வாண்டுகளோடு

வேண்டுமென்றே மழையில் நனைந்து
வீட்டில் வந்து திட்டு வாங்கிக் கொண்டதோடு
மறுநாள் காய்ச்சலையும் வாங்கிக் கொண்டது...

வீட்டுத் தோட்டத்தில்
வேப்பமர உச்சியில் இருந்து
அக்காக்குருவி
அக்காவைக் கூப்பிட
நானும் கூப்பிட
மீண்டும் மீண்டும்
நாங்கள் ஒருவரை ஒருவர்
மாறி மாறி கூப்பிட்டுக் கொண்டிருந்தது...

ஆற்றில் அலையும்
அயிரையைப் பிடிக்க
நானும் தோழியும்
பிரயத்தனப் பட்டுக் கொண்டிருந்த போது
தண்ணீரில்
எங்களைப் பார்த்து
பாம்பு ஒன்று பாய்ந்துவர
நாங்கள் பயந்து பதறியடித்துக் கரையேறியது...

அப்பப்பா!
எத்தனை நினைவுகள்...
எத்தனை நினைவுகள்...
அத்தனையும்
தித்திக்கும் நினைவுகள்!
'திரும்புமா அந்தக்காலம்?'
திரும்பவே திரும்பாது
எனினும்
ஏங்குகிறது மனம்.

○

'குடி'மக்கள்

ஒரு
சாமானியன்
சமூக அக்கறையுடன்
அரசுக்குவரையும்
அவலமடல்!

சிரசுகனத்து
இதை நான் எழுதவில்லை.
மனசுகனத்து
இதை நான் எழுதுகிறேன்.

அரசே!
தேசக்குடிமகன்களில்
அநேகர்
நாசக்குடிமகன்களாய்
நாட்டில்
நடமாடுகிறார்களே
இது
யார் செய்த பிழை?

குடிமக்களை
'குடி' மக்களாய்
நீ தானே பழக்கிவிட்டு
கூத்தாட்டம் பார்க்கிறாய்?

நீ
கடைவிரிக்கப்போய்த்தானே
அவர்களின்
நடைமாறிப்போனது?
நீ காட்டிய
போதையின் பாதையில்

அவர்கள்
போய்க்கொண்டிருக்கிறார்கள் !

'குடி'யால்
நடுத்தெருவுக்கு வந்த
குடும்பங்கள் எத்தனை... எத்தனை ?

'குடி'குடித்து
குடல் கெடுத்து
உடல்நலக்கெட்டு
உயிரைவிட்டவர்கள் எத்தனை... எத்தனை ?

'குடி'மன்னர்கள்
குடித்துவிட்டு
போதைவாக்கில் புரிக்கின்ற
அசிங்கப்பேச்சுக்கள்
அட்டகாசங்கள்
அட்டூழியங்கள்
கடுமையான கபளீகரங்கள்
நீ
கண்டுரசிக்கும்
கண்கொள்ளாக்காட்சியா..?

ஊருக்கு ஊர்
வீதிகளில்
"குடி" மகன்கள்
தள்ளாடித் திரிவதும்
தடுமாறி வீழ்வதும்
இறந்த சடலமாய் விழுந்துகிடப்பதும்
மக்கள்
அன்றாடம் காணும்
அருவருப்பான காட்சிகள்.
உனக்கு மட்டும்
இது
அழகொளிரும் காட்சியா ?

"அரசுத்தேர் ஓடுவதற்கு
அச்சாணியே
மதுவருமானம்தான்" — என்ற
அறைகூவல்
அப்பட்டமான உண்மையானால்

நான் கேட்கிறேன்
அப்படி ஒரு
தேரோட்டம் தேவைதானா?
திருவிழா தேவைதானா?

ஒருபுறம் 'குடிகுடியைக்கெடுக்கும்'
'குடிப்பழக்கம் வீட்டுக்கும் நாட்டுக்கும் கேடு' — என்று
அச்சமூட்டுகிறாய்...
எச்சரிக்கிறாய்!

இன்னொரு புறம்
ஊருக்கு ஊர்
தெருவுக்குத் தெரு
மதுக்கடைகளைத் திறந்து
இச்சையூட்டுகிறாய்...
இனம்கெடுக்கிறாய்!

தொட்டிலையும் ஆட்டிவிட்டு
பிள்ளையையும் கிள்ளிவிடுகிறாய்!
உனக்கு
ஏன் இந்த இரட்டைவேடம்?
நாட்டில் நடக்கும்
தொண்ணூறு விழுக்காடு
குற்றங்களுக்குக் காரணம் 'குடி'தான்!

குடிமட்டும் இல்லையெனில்
அடிதடி — மண்டைஉடைப்பு
குத்து — வெட்டு — கொலை — கொள்ளை
வழிப்பறி — தாலியறுப்புகள் போன்ற
வன்கொடுமைகள் இருக்கவே இருக்காது.

குற்றங்களையெல்லாம்
ஆதிமூலமாய் இருந்து
அரங்கேற்றிவைப்பது
அநியாயம் கொண்ட 'குடி'தான்!

சிறைச்சாலைகளில்
அடைப்பட்டுக் கிடக்கும்

குற்றவாளிகளில்
பலரை
அந்த
பள்ளிக்கூடத்தில் சேர்த்துவிட்டது
பாழும் 'குடி'தான்!

எத்தனை பெண்களின்
பூவையும் பொட்டையும்
பறித்துக்கொண்டது
இந்த
பாதகக்'குடி'?

எத்தனை குடும்பங்களின்
அமைதியையும்
நிம்மதியையும்
குடித்துக்கொண்டது
இந்த
ஈனக்'குடி'?

அரசு வருமானத்துக்கு
ஆயிரம் வழி இருக்கிறது.
'குடி'யில்
ஒரு குடும்பம் மூழ்கினால்
குடும்பம்மீள
என்ன வழி இருக்கிறது?

ஒவ்வொரு ஊரிலும்
கண்ணுக்குத்தெரியாத
நதியொன்று
ஓடிக்கொண்டிருக்கிறது.
அது பெண்கள் வடிக்கும்
கண்ணீர் நதி!

அழுகைகள் — அரற்றல்கள்
குமுறல்கள் — கொந்தளிப்புகள்
இவைதான்
குடிஞர்கள் வீட்டுப்
பெண்களின் கதி!

அரசே!
நீ
இந்தத் தலைமுறைக்கு மட்டும்
போதையின் பாதையைக் காட்டவில்லை.
அடுத்த தலைமுறைக்கும்
புதுப்பாதை போட்டுக் காட்டுகிறாய்!

தேசத்தில்
குற்றவாளிகள் இருக்கலாம்.
தேசமே
குற்றவாளியாய் இருக்கலாமா?

மதுக்கடை விவகாத்தில்
நீதான்
முதல் குற்றவாளி!
நாங்கள்
இரண்டாம் குற்றவாளிகள்!

'மீன்விற்ற காசு நாறாது'
'மதுவிற்ற காசு தடுமாறாது' அப்படித்தானே?

அரசே!
இரக்கம் காட்டு.
மதுக்கடைகளுக்கு
பூட்டுப்போட்டு!

மதுக்கடையை
நீ பூட்டினால்
நாங்கள்
மகிழ்ந்துகொண்டாடுவோம்
வேட்டுப்போட்டு!

O

மெரினாப் புரட்சி

இரண்டாயிரத்துப் பதினேழு
ஜனவரி மெரினாப் புரட்சி
ஒரு
வரலாற்றுப் புரட்சி.
தேசம் இதுவரை கண்டிராத
தமிழ்ப் புரட்சி!

இளைஞர் சமுதாயம்
ஏற்படுத்திய
ஒரு
அஹிம்சைப் புரட்சி
ஒரு
அற்புதப் புரட்சி.

அறுபத்தைந்தில்
இந்தித் திணிப்பின் போது
தமிழகம் எங்கும்
கிளர்ந்து எழுந்த
மாணவப் புரட்சிப் போல்
இப்போதும்
ஒரு புரட்சிப்புயல் வீசி
அடங்கியிருக்கிறது.

அப்போது
தமிழுக்கு வந்தது ஆபத்து.
புரட்சி வெடித்தது!
இப்போது
தமிழனின் அடையாளத்திற்கு
வந்தது ஆபத்து.
புரட்சி வெடித்தது.

மொழியை அழிக்க
முனைந்து பார்த்தார்கள்.
முடியவில்லை.
அரை நூற்றாண்டு கழித்து
மொழியின் அடையாளத்தை
அழிக்க முயன்றார்கள்
அதுவும் முடியவில்லை.

'மகாத்மா
மடிந்து போகவில்லை.
அவரின் அஹிம்சைக் கொள்கை
முடிந்து போகவில்லை' — என்பதை
தமிழன்
மெரினாப்புரட்சி மூலம்
மேதினிக்கு
நேர்த்தியுடன்
நிரூபித்திருக்கிறான்.

'ஜல்லிக்கட்டு' —
'மஞ்சுவிரட்டு' — என்னும்
புனைப்பெயர்களில்
ஈராயிரம் ஆண்டுகளுக்கும் மேலாய்
தமிழன் ஆடி வரும்
'ஏறுதழுவுதல்' — என்னும்
வீர விளையாட்டை
'விளையாட்டு தானே' — என்று
விளையாட்டுத் தனமாய்
முடக்கப் பார்த்தது
ஒரு முரண்டுக் கூட்டம்.

ஈராயிரம் ஆண்டுகள்
பாரம்பரிய மிக்க
வீர விளையாட்டை
நேற்று முளைத்த
காளான்சட்டம்
கண்டிக்கிறது என்பதற்காக
'விதி' என்று விட்டுவிட
தமிழன் என்ன
சோரம் போனவனா?

சட்டத்துக்கு அஞ்சி
சடலமாய் விழுந்து கிடக்க
அவன் என்ன
வீரம் போனவனா?

சட்டம் என்பது
நமக்காகத் தான்!
சட்டம் என்பது
நமதானதுதான்!

ஒரு
வெகு ஜன இனத்தின்
குரல்வளையைத்
திருக வரும் சட்டம்
தேவையில்லை நமக்கு
அதைத் துரத்த வேண்டும்!

ஒரு
வெகு ஜன இனத்தின்
பாரம்பரியத்தைப்
பந்தாடப்பாய்ந்து வரும் சட்டம்
தேவையில்லை நமக்கு
அதைத்
திருத்த வேண்டும்!

'வாள்வீச்சு'
'மல்யுத்தம்'
'சிலம்பம்'
இந்த வரிசையில்
'ஜல்லிக்கட்டு'!

இது
இளங்காளையர்
சீறி வரும் காளைகளை
அடக்கிப்பிடித்து
விளையாடும்
'மல்லுக்கட்டு'!

இதில்
மிருகவதை
எங்கே இருக்கிறது?

இதைச்சட்டம் போட்டு
ஏன் ஒரு கூட்டம் தடுக்கிறது?
காளைப்பிடி வீரர்கள்
திமிறி வரும்
காளைகளின்
திமில்பிடித்துத் தொங்கி
தீரம் காட்டுவார்கள்.
காளைகளைக் கட்டித் தழுவி
அடக்கி மடக்கி
வீரம் காட்டுவார்கள்.

இது ஒரு வீர விளையாட்டு
அவ்வளவே!

வீரர்கள் விரட்டிப் பிடித்ததால்
எப்போதாவது காளைகள்
உயிர் மடிந்ததுண்டா?
காளைகள் முட்டித்தான்
வீரர்கள்
உயிர் மடிந்திருக்கிறார்கள்.

தமிழ்ச்சமுதாயம்
இதை வீர மரணம் என்று
தன் வரலாற்றில்
குறித்து வைத்துக் கொள்கிறது.

மாமிசத்திற்காக
மாடுகள் அறுபடலாமாம்!
மிருகவதைத் தடுப்புச் சட்டத்தின்
ஒரு பிரிவு இதை ஒப்புக் கொள்கிறது.
ஏறு தழுவுதலை மட்டும்
ஒரு பிரிவு
ஏனோ தப்பு என்கிறது.

என்னடா சட்டம் இது?
முட்டாளும் கூட
இந்த மூடச்சட்டத்தை ஏற்பானா?
கேட்டால் 'பீட்டா' சட்டமாம்.
'பீட்டா' போட்டச்சட்டத்தைப் பற்றி

மாட்டைக் கேட்டால் கூட
மாடு பொறுக்காது!

'ஏறு தழுவுதல்'
மூன்று 'தை' களை
இழந்துவிட்டது.
நான்காம் 'தை' யிலும்
நடத்த ஒப்பவில்லை
மிருகவதைத் தடைச்சட்டம்.

தமிழகம் கொந்தளித்தது.
சிறுத்தைகளாய்
சீறி எழுந்தது
மாணவர் சமுதாயம்

வரிந்து கட்டிக்கொண்டு
வரிப்புலிக் கூட்டமாய்
வெகுண்டு எழுந்தது
இளைஞர் சமுதாயம்.

தமிழ் அமைப்பாளர்கள்,
தமிழ் ஆர்வலர்கள்
கன்னித்தமிழ்க் காவலர்கள்
கலைஞர்கள் — பொதுமக்கள் — என்று
அனைவரும் களம் இறங்கினர்
போர்க்களமானது மெரினா.
மெரினாக் கடற்கரையில்
ஜன வெள்ளம் பொங்கியது.

"ஆஹா என்று எழுந்தது பார் யுகப்புரட்சி" — என்று
எட்டயப்புரத்து முண்டாசுக் கவிஞர்
அன்று சொன்னது போல்
'ஓகோ வென்று எழுந்தது தமிழினம்'.

மெரினா கடற்கரையில்
அடங்காத அறப்போர்!
ஆயிரம் ஆயிரமாய் வந்தார்கள்
இலட்சக்கணக்கில் திரண்டனர்.

'ஜல்லிக்கட்டு வேண்டும்'
'தடைச் சட்டத்தை நீக்குங்கள்' என்ற
கோஷம் விண்ணைப் பிளந்தது.
ஒரு நாள்
இரு நாள் என்று
நாட்கள் நீள நீள
ஆடிப்போயின அரசாங்கங்கள்.
தமிழகம் டில்லியிடம் முறையிட்டது.
தமிழகத்தின் முறையீட்டுக்கு
டில்லி திரையிட்டது.

அறப்போர் நிற்பதாய் இல்லை
இராணுவக் கட்டுப்பாட்டுடன்
இரவும் பகலுமாய் நடந்தது.

தலைவன் இல்லை.
அழைப்பார் இல்லை
கூட்டுவார் இல்லை
ஒருங்கிணைப்பாளர் இல்லை
ஒருவரும் இல்லாமல்
தன்னெழுச்சியாய் எழுந்த
தமிழ் எழுச்சிப்போர்
'மெரினா ஜல்லிக்கட்டு'ப் போர்.

'ஜல்லிக்கட்டு'க்காய் நிகழ்ந்த
அஹிம்சைப் புரட்சியை
சத்தியப் புரட்சியை
சாத்வீகப் புரட்சியை
இதுவரை
கண்டதில்லை நாடு!

இளைஞர்களின்
கண்ணியத்திற்கும்,
கட்டுப்பாட்டிற்கும்
எந்த நிலையிலும்
வந்ததில்லை
ஒரு கேடு!

அத்துமீறல் இல்லாமல்
விதி மீறல் இல்லாமல்

இளைஞர்கள்
அறப்போரை நிகழ்த்தியது
அருமையிலும் அருமை.
உலகமே
உற்று நோக்கிப் பாராட்டியது
பெருமையிலும் பெருமை.

கோஷம் போட்டான் தமிழன்
ஆக்ரோஷம் காட்டவில்லை.
இறங்கித் தான் கேட்டான்.
மிரட்டிக் கேட்கவில்லை.

தமிழன் கைகளில் பிடித்திருந்தது
அறக்கொடி.. அன்புக்கொடி
பலம் பெருகிவிட்டது
கூட்டம் கூடிவிட்டது என்று
அகந்தை கொண்டு
கைகளில் ஏந்தவில்லை
அதிகாரக்கொடி ஆணவக்கொடி!

மாநில அரசு
கெஞ்சு கெஞ்சென்று கெஞ்சியது.
மசியவில்லை மத்திய அரசு
பிறகு தான்
தமிழகம் மிஞ்சியது.

சட்ட வல்லுநர்களின்
ஆலோசனைக் கேட்டு
சட்டமன்றத்தைக் கூட்டி
சட்டம் இயற்றியது.
உச்ச அரசால்
உதற முடியவில்லை.
ஒப்புதலளித்தது.

தேசத்தின் முதல் குடிமகன்
ஒப்பமிட்டார்.
'ஜல்லிக்கட்டு' சட்டம்
நிரந்தரச் சட்டமானது.

தமிழர்களின்
அறப்போர் வென்றது.

மீண்டும் ஒரு
சத்தியக்கிரஹப்போர்
சாஸ்வதமானது.

இத்தனைப் பெரிய
ஜன சமுதாயத்தைத் திரட்டி
ஒழுக்கம் கெடாமல்
கட்டுப்பாடு கெடாமல்
மெரினாப் புரட்சியை
வெற்றிப் புரட்சியாக்கியதில்
இணைய தளங்களின்
பங்கு ஏராளம்.

வலிமை மிக்க
இலட்சிய நோக்குடைய
நூறு இளைஞர்களை
'என்னிடம் தாருங்கள்
நான்
இந்தியாவை மாற்றிக் காட்டுகிறேன்' — என்று
அன்று சொன்னார்
சுவாமி விவேகானந்தர்.

சுவாமிஜி கேட்ட
நூறு என்ன... நூறு?
இலட்சணக்கான
இலட்சிய இளைஞர்கள்
இதோ எங்கள்
தமிழகத்தில் இருக்கிறார்கள்.
ஆனால் ஒரே ஒரு
விவேகானந்தர் இருக்கிறாரா?
இருந்தால் வாருங்கள்
தமிழகம் அழைக்கிறது.

○

புதிய பாரதம்

என் கனவானது புதிய பாரதம்!
அது
பகல் கனவாகாது
பலிக்கும் கனவாக
இன்னொரு போராட்டம் தேவைப்படுகிறது.
அது
இளைஞர்களின் எழுச்சிப் போராட்டம்.
தோழர் — தோழியரே என்னோடு வருவீர்களா?

பரங்கியரிடமிருந்து
பாரதத் தாயை
பத்திரமாய் மீட்டு வந்தோம்
அந்நியரிடமிருந்து
விடுதலை கிடைத்துவிட்டது!

ஆனால்
அறியாமை — வறுமை
இனம் — மொழி — ஜாதி — மதம்
இவற்றிலிருந்து
இன்னும் விடுதலை கிடைக்கவில்லை.
அந்த வகையில் இன்னமும்
இந்தியா அடிமைப்பட்டுத்தான் கிடக்கிறது.

ஜாதி வெறி — மதவெறி
எங்கேயும் போய்விடவில்லை.
இன்னமும் இருக்கிறது.
இதனால்
இந்திய மண்ணெங்கும்
வழிந்தோடும் இரத்த வெள்ளங்கள்...
திசையெங்கும் பரவிக் கிடக்கும்
தீவிர வாதிகளின்
துப்பாக்கிள் துப்புகின்ற தோட்டாக்களும்,
வெடிக்கின்ற வெடிகுண்டுகளும்
குடிக்கின்ற உயிர்கள்...

அறியாமை இருட்டுக்குள்
மடமைத் தடிபிடித்து

பள்ளம் மேடு தெரியாமல்
பயணம் போகும்
பாமரர்களின் பரிதவிப்புகள்...

பள்ளியறியாமல்
கல்வியறியாமல்
இன்னுமும்
ஆலைகளில்.. சூளைகளில்
பொதி சுதந்து உருக்குலையும்
இளம் குருத்துக்களாம்
குழந்தைத் தொழிலாளர்களின் அவலங்கள்...

வறுமையின் கோரப்பிடியில் சிக்கி
வாழ முடியாமல் தவிக்கும்
பஞ்சை பராரிகளின்
பற்கடிப்புக்கள்... புலம்பல்கள்...

போதைக்கு அடிமையான
'குடிமகன்'களின் அழிம்புகள்...
அட்டகாசங்கள்...

விளைச்சல் இல்லாமலும்
விளைந்த பயிரை அறுக்கமுடியாமலும்
வேதனைப்படும்
விவசாயப் பெருமக்களின்
தற்கொலைகள்... அதிர்ச்சி மரணங்கள்...

தனியாகப் போகும் பெண்களிடம்
நீசப்பாவிகள் நிகழ்த்தும்
தாலியறுப்புகள்... வழிப்பறிகள்...

காமக் கொடூரர்களின்
கைகளில் சிக்கி
சின்னா பின்னமாகி
கற்பிழந்து துடித்து
கண்ணீர் வடிக்கும் பெண்களின் கதறல்கள்...

தகுதியற்றவர்கள்
ஏறாத இடங்களில்
ஏறி இருந்து கொண்டு
அன்றாடம் புரியும்

அட்டூழியங்கள்...
அரசியல் வாதிகள்
அதிகாரிகள் புரிந்து வரும்
அத்து மீறல்கள் ஊழல்கள்...

கூலிப்படை கலாச்சாரத்தால்
நித்தமும் நிகழும்
கொடூரக் கொலைகள்.
நெஞ்சை உருக்கும்
நிஜங்கள் இங்கே
நிறைய... நிறைய...

இந்த
நிஜங்கள் எல்லாம்
பொய்யாக வேண்டும்
பொய்யாக்க வேண்டும்.

இதற்கு
இன்னொரு போராட்டம் தேவைப்படுகிறது.

ஒரு ஜாதி
ஒரு மதம்
பிரிவுகள் பேதமற்ற சமத்துவம்
வறுமை களைந்த செழுமை
அறியாமை அகன்ற அறிவுடமை

தீவிரம் தீய்ந்த சமாதானம்
ஏய்த்தல் இல்லாத மனு நீதி
அநீதிகளற்ற ஆளுமை
அன்பு... அன்பு...
எங்கேயும்... எப்போதும்!
ஓ...
ஒரு புதிய பாரதம் பூக்க வேண்டும்
பூப்பதெப்போது?

என் கனவானது
பகல் கனவாகாது
பலிக்கும் கனவாக
இன்னொரு போராட்டம் தேவைப்படுகிறது.
அது இளைஞர்களின் எழுச்சிப் போராட்டம்
தோழர் — தோழியரே வருவீர்களா?

○

விட்டு விடுதலையாகி

காலக்கரையான்கள்
வேர்களைக் கடித்துத்தின்றும்
படுகையாகாமல்
நாளும் துளிர்த்து...

அறைந்து அறைந்து சாத்தி
அடைத்துவைத்தாலும்
முட்டி மோதி
எப்படியாவது
மனசின் கதவுகளைத் திறந்து
அத்துமீறி நுழைந்து
அன்றாடம் அலைக்கழிக்கும்
பழைய நினைவுகளின்
அடிமைக் கைதியாக
எத்தனை நாட்கள் நான்...?

கிறுக்கனாக்கினாள் காதலி
ஏமாளியாக்கினர் நண்பர்கள்
துடிக்கவைத்தனர் உறவுகள்
கனவுகள் போலியாயின
சில நிஜங்கள்
நிரந்தரமாய்ப் பிரிந்து போயின.

உண்மைகள் ஊமையாகவும்
பரிகசிப்புக்கள் செவிடாகவும்
குற்றங்கள்
குருடாகவும் ஆக்கின.

பித்தாயும்
கோழையாயும்
ஊனமாயும் ஜிவித்திருந்த

பழைய நினைவுகளிலிருந்து
விட்டுவிடுதலையாகி
அப்புறம் போக எண்ணுகிறேன்.

அந்தக் கொடுமை நினைவுகள்
வந்து வந்து ஓட்டுகின்றன
சூரியகொடுக்குகளால்
தினம் தினம் கொட்டுகின்றன.

ரணங்கள் போதும்
தாங்க முடியவில்லை.
எனைவிடுத்து
பழைய நினைவுகளே
பறந்து போய்விடுங்கள்.

பறக்கச் சிறகில்லையாகின்
ஓடிப்போய் விடுங்கள்.
ஓட முடியாதெனில்
மெல்ல மெல்ல
நடந்தாகிலும்...
வலிகளே விலங்குகள்
ஒரு புதிய பயணம் தொடர
வழிவிடுங்கள்!

○

www.ingramcontent.com/pod-product-compliance
Lightning Source LLC
Chambersburg PA
CBHW020550160726
47991CB00002B/670